ANG PINAKAMAHUSAY MGA NILIKHA NG CIABATTA GABAY

100 Artisanal Recipe Para sa Paggawa ng Chewy At Crusty Ciabatta Sa Bahay

Ángeles Lorenzo

Copyright Material ©2024

Lahat ng Karapatan ay Nakalaan

Walang bahagi ng aklat na ito ang maaaring gamitin o ipadala sa anumang anyo o sa anumang paraan nang walang wastong nakasulat na pahintulot ng publisher at may-ari ng copyright, maliban sa mga maikling sipi na ginamit sa isang pagsusuri. Ang aklat na ito ay hindi dapat ituring na kapalit ng medikal, legal, o iba pang propesyonal na payo.

TALAAN NG MGA NILALAMAN

TALAAN NG NILALAMAN 3
PANIMULA 6
CLASSIC CIABATTA 8
   1. Basic Ciabatta 9
   2. Rye Ciabatta 12
   3. Sourdough Ciabatta Bread 14
   4. Ciabatta Rolls 17
   5. Bread Machine Ciabatta 20
   6. Rice Ciabatta 24
   7. Almond Flour Ciabatta 28
   8. Cassava Flour Ciabatta 30
   9. Chickpea Flour Ciabatta 32
   10. Buckwheat Flour Ciabatta 34
   11. Teff Flour Ciabatta 36
   12. Sorghum Flour Ciabatta 38
FRUITY CIABATTA 40
   13. Pear at Gorgonzola Ciabatta Pizza 41
   14. Cherry and Mascarpone Stuffed Ciabatta French Toast 43
   15. Apple Cinnamon Stuffed Ciabatta Rolls 45
   16. Cranberry Walnut Whole Wheat Ciabatta 47
   17. Apricot ciabatta na may Honey Glaze 50
   18. Blueberry at Lemon Ciabatta 53
   19. Fig and Brie Whole Wheat Ciabatta 56
HERBED CIABATTA 59
   20. Rosemary Garlic Ciabatta 60
   21. Bawang Parsely Ciabatta 62
   22. Rosemary Ciabatta 64
   23. Rosemary Whole Wheat Ciabatta 66
NUT CIABATTA 69
   24. Nut at Raisin Ciabatta 70
   25. Almond Poppy Seed Whole Wheat Ciabatta 73
   26. Cranberry Macadamia Ciabatta 76
   27. Currant-walnut ciabatta 79
PINANGANG CIABATTA 82
   28. Honey spice kamut bread 83
   29. Raisin Cinnamon Whole Wheat Ciabatta 86
   30. Chili Flakes at Paprika Ciabatta 89
   31. Turmeric at Cumin Ciabatta 91
CHOCOLATE CIABATTA 93

- 32. Chocolate Hazelnut Ciabatta 94
- 33. Chocolate Orange Ciabatta 96
- 34. Double Chocolate Ciabatta 98
- 35. Chocolate Cherry Almond Ciabatta 100
- 36. Chocolate Peanut Butter Swirl Ciabatta 102
- 37. Chocolate Coconut Ciabatta 104
- 38. Chocolate Raspberry Ciabatta 106
- 39. Chocolate Chip Whole Wheat Ciabatta 108

CAFFEINATED CIABATTA 111
- 40. Espresso Ciabatta 112
- 41. Matcha Green Tea Ciabatta 114
- 42. Chai Spiced Ciabatta 116
- 43. Mocha Chip Ciabatta 118

VEGGIE CIABATTA 120
- 44. Black Olive Ciabatta 121
- 45. Veggie ciabatta 124
- 46. Sun-Dried Tomato Whole Wheat Ciabatta 126
- 47. Olive at Herb Whole Wheat Ciabatta 129
- 48. Jalapeño Whole Wheat Ciabatta 132
- 49. Cheddar at Chive Whole Wheat Ciabatta 135
- 50. Pesto at Mozzarella Whole Wheat Ciabatta 138

CIABATTA SANDWICHES 141
- 51. Caprese Ciabatta Sandwich 142
- 52. Grilled Chicken Pesto Ciabatta Sandwich 144
- 53. Italian Ciabatta Sandwich 146
- 54. Mediterranean Veggie Ciabatta Sandwich 148
- 55. Turkey Cranberry Ciabatta Sandwich 150
- 56. Talong Parmesan Ciabatta Sandwich 152
- 57. Inihaw na Baka at Malunggay na Ciabatta Sandwich 154
- 58. Tuna Salad Ciabatta Sandwich 156
- 59. Mozzarella Pesto Veggie Ciabatta Sandwich 158
- 60. Pinausukang Salmon at Cream Cheese Sandwich 160
- 61. BBQ pulled Pork Ciabatta Sandwich 162
- 62. Greek Chicken Ciabatta Sandwich 164
- 63. Steak at Caramelized Onion Sandwich 166
- 64. Avocado Chicken Caesar Ciabatta Sandwich 168
- 65. Buffalo Chicken Ciabatta Sandwich 170
- 66. Muffuletta Ciabatta Sandwich 172
- 67. Glazed Portobello Mushroom Sandwich 174
- 68. Tofu Banh Mi Ciabatta Sandwich 176
- 69. Italian Sausage and Peppers Ciabatta Sandwich 178
- 70. Ciabatta Steak Sandwich 180
- 71. Ciabatta Prosciutto Sandwich 182

STUFFED CIABATTA 184
- 72. Caprese Stuffed Ciabatta 185
- 73. Spinach and Artichoke Stuffed Ciabatta 187
- 74. Mediterranean Stuffed Ciabatta 189
- 75. Tatlong Keso Ciabatta Bread 191
- 76. Italian Meatball Stuffed Ciabatta 193
- 77. Cajun Shrimp Stuffed Ciabatta 195
- 78. Spinach at Artichoke Cheesy Ciabatta Bread 197
- 79. BBQ pulled Pork Stuffed Ciabatta 199
- 80. Chicken Caesar Stuffed Ciabatta 201
- 81. Cheesy Garlic Herb Ciabatta Bread 203
- 82. Taco Stuffed Ciabatta 205
- 83. Roast Beef at Horseradish Stuffed Ciabatta 207
- 84. Buffalo Chicken Stuffed Ciabatta 209
- 85. Pesto Chicken Stuffed Ciabatta 211
- 86. Jalapeño Popper Cheesy Ciabatta Bread 213
- 87. Pinausukang Salmon at Cream Cheese Ciabatta 215
- 88. BLT Stuffed Ciabatta 217
- 89. Egg Salad Stuffed Ciabatta 219
- 90. Veggie and Hummus Stuffed Ciabatta 221
- 91. Strawberry Ciabatta 223
- 92. Fig Ciabatta 225
- 93. Apple Ciabatta 227
- 94. Peach at Basil Ciabatta 229
- 95. Raspberry at Goat Cheese Ciabatta 231
- 96. Ubas at Gorgonzola Ciabatta 233
- 97. Pear at Walnut Ciabatta 235
- 98. Mango Ciabatta 237
- 99. Blackberry at Ricotta Ciabatta 239
- 100. Ham, keso, at herb ciabatta 241

KONKLUSYON 244

PANIMULA

Maligayang pagdating sa "ANG PINAKAMAHUSAY MGA NILIKHA NG CIABATTA GABAY," kung saan kami ay nagsimula sa isang paglalakbay upang makabisado ang sining ng paggawa ng chewy at crusty na ciabatta bread sa mismong ginhawa ng iyong sariling tahanan. Ang Ciabatta, na may natatanging chewy na interior at malutong na crust, ay isang minamahal na tinapay na Italyano na nakakabighani sa mga puso at panlasa ng mga mahilig sa tinapay sa buong mundo. Sa cookbook na ito, ipinagdiriwang namin ang kagandahan at versatility ng ciabatta na may 100 artisanal na recipe na magbibigay-inspirasyon sa iyo na maging isang maestro sa paggawa ng tinapay.

Sa cookbook na ito, matutuklasan mo ang maraming recipe na nagpapakita ng walang katapusang mga posibilidad ng ciabatta bread. Mula sa mga klasikong tinapay at rustic roll hanggang sa mga makabagong sandwich at dekadenteng dessert, ang bawat recipe ay ginawa upang i-highlight ang kakaibang texture at lasa ng minamahal na tinapay na ito. Baguhang panadero ka man o bihasang propesyonal, gagabay sa iyo ang mga recipe na ito sa proseso ng paggawa ng tunay na ciabatta bread na katapat sa mga matatagpuan sa mga artisan na panaderya.

Ang pinagkaiba ng "ANG PINAKAMAHUSAY MGA NILIKHA NG CIABATTA GABAY" ay ang pagbibigay-diin nito sa craftsmanship at technique. Sa mga detalyadong tagubilin, kapaki-pakinabang na tip, at sunud-sunod na mga gabay, matututunan mo ang mga sikreto sa pagkamit ng perpektong balanse ng chewiness at crustiness na tumutukoy sa masarap na ciabatta bread. Minamasa mo man ang kuwarta sa pamamagitan ng kamay o gumagamit ng stand mixer, hinuhubog ang mga tinapay o minarkahan ang crust, ang bawat hakbang ay mahalaga sa paglikha ng ciabatta perfection.

Sa buong cookbook na ito, makakahanap ka ng praktikal na payo sa mga sangkap, kagamitan, at mga diskarte sa pagluluto upang matulungan kang makamit ang mga resulta ng propesyonal na kalidad sa bawat oras. Magbe-bake ka man para sa iyong pamilya, magho-host ng isang dinner party, o magpakasawa lang sa isang homemade treat, ang "ANG PINAKAMAHUSAY MGA NILIKHA NG CIABATTA GABAY" ay magbibigay-kapangyarihan sa iyo na ipamalas ang iyong pagkamalikhain at maging isang mahusay na gumagawa ng tinapay sa iyong sariling kusina.

CLASSIC CIABATTA

1. Basic Ciabatta

MGA INGREDIENTS:
- 4 tasa ng harina ng tinapay
- 2 kutsarita ng instant yeast
- 2 kutsarita ng asin
- 1 ½ tasa ng maligamgam na tubig
- Langis ng oliba (para sa pagpapadulas)

MGA TAGUBILIN:
a) Sa isang malaking mangkok ng paghahalo, pagsamahin ang harina ng tinapay, instant yeast, at asin. Haluing mabuti.
b) Dahan-dahang idagdag ang maligamgam na tubig sa mga tuyong sangkap, haluin gamit ang isang kutsara o iyong mga kamay hanggang sa mabuo ang isang malagkit na masa.
c) Takpan ang mangkok gamit ang isang malinis na tuwalya sa kusina at hayaang magpahinga ang kuwarta ng mga 15 minuto.
d) Pagkatapos magpahinga, langisan nang bahagya ang malinis na ibabaw ng trabaho at ang iyong mga kamay upang maiwasan ang pagdikit. Ilipat ang kuwarta sa ibabaw.
e) Simulan ang pagmamasa ng kuwarta sa pamamagitan ng pagtiklop nito sa sarili nito, pag-unat nito, at pagkatapos ay pagtiklop muli. Ulitin ang prosesong ito sa loob ng mga 10-15 minuto, o hanggang sa maging makinis, nababanat, at hindi gaanong malagkit ang masa.
f) Ilagay ang minasa na masa sa isang mangkok na may kaunting mantika, takpan ito ng tuwalya sa kusina, at hayaan itong tumaas sa isang mainit na lugar sa loob ng mga 1-2 oras, o hanggang sa dumoble ang laki.
g) Kapag ang masa ay tumaas, dahan-dahang ilipat ito sa ibabaw ng floured. Mag-ingat na huwag i-deflate ito nang labis.
h) Hatiin ang kuwarta sa dalawang pantay na bahagi at hugis ang bawat bahagi sa isang pahabang hugis na hugis-itlog, na kahawig ng isang tsinelas o isang sandal. Ilagay ang mga tinapay sa isang baking sheet na nilagyan ng parchment paper.
i) Takpan ang mga tinapay gamit ang isang tuwalya sa kusina at hayaang bumangon ang mga ito sa loob ng isa pang 30-45 minuto, o hanggang sa makitang lumaki ang mga ito.

j) Painitin muna ang oven sa 220°C (425°F).
k) Opsyonal: Gamit ang isang matalim na kutsilyo o razor blade, gumawa ng mga diagonal na hiwa sa tuktok ng bawat tinapay upang lumikha ng isang simpleng pattern.
l) Ilagay ang baking sheet na may mga tinapay sa preheated oven at maghurno ng humigit-kumulang 20-25 minuto, o hanggang sa maging golden brown ang tinapay at magmumukhang guwang kapag tinapik sa ilalim.
m) Kapag naluto na, alisin ang ciabatta sa oven at hayaang lumamig sa wire rack bago hiwain at ihain.

2.Rye Ciabatta

MGA INGREDIENTS:
- 7 oz. (200 g) wheat sourdough starter
- ½ tasa (50 g) pinong harina ng rye
- 4 na tasa (500 g) harina ng trigo
- tinatayang 1⅔ tasa (400 ml) na tubig, temperatura ng kuwarto
- ½ kutsara (10 g) asin
- langis ng oliba para sa mangkok

MGA TAGUBILIN:
a) Paghaluin ang lahat ng sangkap maliban sa asin at masahin ng mabuti. Idagdag ang asin.
b) Ilagay ang kuwarta sa isang greased mixing bowl. Takpan ng plastic film at hayaang tumayo ang kuwarta sa refrigerator magdamag.
c) Sa susunod na araw, dahan-dahang ibuhos ang kuwarta sa isang baking table.
d) Tiklupin ang kuwarta at ilagay ito sa refrigerator sa loob ng humigit-kumulang 5 oras, tiklop muli ang kuwarta minsan bawat oras.
e) Ibuhos ang kuwarta sa mesa. Gupitin ito sa mga piraso na humigit-kumulang 2 × 6 pulgada (10 × 15 cm) at ilagay ang mga ito sa isang greased baking sheet. Hayaang tumaas ang mga ito sa refrigerator para sa isa pang 10 oras. Ito ang dahilan kung bakit tumatagal ng humigit-kumulang 2 araw upang gawin ang tinapay na ito.
f) Paunang Temperatura ng Oven: 475°F (250°C)
g) Ilagay ang mga tinapay sa oven. Magwiwisik ng isang tasa ng tubig sa sahig ng oven. Bawasan ang temperatura sa 400°F (210°C) at maghurno nang mga 15 minuto.
h) Tiklupin ang kuwarta at iwanan ito sa ref ng halos 5 oras. Ulitin ang pagtitiklop nang isang oras sa panahong ito.
i) Ilagay ang kuwarta sa ibabaw ng floured at iunat ito.
j) Gupitin ang kuwarta sa mga piraso na humigit-kumulang 2 × 6 pulgada (10 × 15 cm).

3. Sourdough Ciabatta Bread

MGA INGREDIENTS:
- 360 gramo (mga 1.5 tasa) ng tubig
- 12 gramo (mga 2 kutsarita) asin
- 100 gramo (mga 1/2 tasa) aktibong panimula ng sourdough
- 450 gramo (mga 3.5 tasa) na harina ng tinapay

MGA TAGUBILIN:
Ihalo ang kuwarta:
a) Ilagay ang tubig sa isang malaking mangkok. Magdagdag ng asin at ihalo sandali.

b) Idagdag ang starter at ihalo sandali upang maisama. Idagdag ang harina, at pukawin hanggang sa magkaroon ka ng basa, malagkit na bola ng kuwarta. Masahin sandali gamit ang iyong mga kamay kung kinakailangan upang isama ang harina. Takpan ng tea towel o tela na takip sa mangkok at hayaang umupo ng 30 minuto.

c) Pag-unat at pagtiklop: Gamit ang basang mga kamay, kunin ang isang bahagi ng kuwarta, at hilahin pataas at sa gitna. Paikutin ang mangkok sa isang quarter turn, at ulitin ang paghawak at paghila. Gawin ito hanggang sa makabuo ka ng bilog.

d) Takpan ang mangkok. Ulitin ang prosesong ito nang tatlong beses sa 30 minutong pagitan para sa kabuuang 4 na hanay ng mga stretch at fold sa loob ng dalawang oras.

BULK FERMENTATION:
e) Ilipat ang kuwarta sa isang tuwid na gilid na sisidlan. Takpan ang sisidlan ng isang tuwalya. Hayaang tumaas sa temperatura ng silid hanggang sa halos dumoble ang dami ng kuwarta (shoot para sa 75% na pagtaas sa volume). Mag-iiba-iba ang mga oras depende sa iyong kapaligiran at sa lakas ng iyong starter.

f) Takpan ang sisidlan na may takip (ideal) o tuwalya (kung gumagamit ka ng tuwalya, pakinisin ng mantika ang tuktok ng kuwarta upang hindi ito matuyo.) Ilipat sa refrigerator sa loob ng 12-24 na oras.

HUGIS:
g) Alisin ang sisidlan mula sa refrigerator. Alisin ang takip. Budburan ng harina ang tuktok ng kuwarta. Ilabas ang kuwarta sa ibabaw ng pinagawaan ng harina. I-pat ang kuwarta sa isang parihaba.

h) Budburan ng harina sa itaas. Gumamit ng bench scraper upang gupitin ang kuwarta sa kalahati nang patayo. Pagkatapos ay gumawa ng tatlong hiwa na pantay na pagitan sa bawat kalahati upang lumikha ng 8 maliliit na parihaba.

i) Iguhit ang isang sheet pan na may parchment paper. Gamit ang mga kamay na may harina, ilipat ang bawat parihaba sa inihandang kawali, dahan-dahang hilahin palabas. Takpan ang kawali gamit ang isang tuwalya. Hayaang tumayo ng isang oras.

MAGBAKE:

j) Painitin ang oven sa 475ºF. Ilipat ang kawali sa oven at maghurno ng 10 minuto. Ibaba ang init sa 450ºF, paikutin ang kawali, at maghurno ng 10 minuto pa. Alisin ang kawali mula sa oven.

k) Ilipat ang ciabatta roll sa isang cooling rack. Hayaang lumamig ng 20 hanggang 30 minuto bago hiwain.

4. Ciabatta Rolls

MGA INGREDIENTS:
- 1 kutsarita ng instant yeast
- 240 gramo ng tubig, sa temperatura ng silid (humigit-kumulang 1 tasa)
- 300 gramo ng all-purpose na harina (humigit-kumulang 2.5 tasa)
- 1 kutsarita ng asin

MGA TAGUBILIN:
IHANDA ANG DOUGH (1 HOUR RISE TIME):
a) Sa maliit na tasa, i-dissolve ang instant yeast sa maligamgam na tubig at haluin para magkahalo (dapat magsimulang bumula ang timpla at magkaroon ng yeasty aroma). Hayaang umupo ito ng 2 minuto.
b) Sa isang malaking mangkok, magdagdag ng harina at asin. Ibuhos ang halo ng lebadura at haluin hanggang sa ganap na pinagsama, i-scrap ang mga gilid ng mangkok (dapat walang nakikitang tuyong mga particle ng harina). Ang timpla ay napakalagkit at basa, na may 80% hydration (harina sa tubig ratio).
c) Takpan ang mangkok na may plastic wrap at hayaan itong umupo sa temperatura ng silid sa loob ng 1 oras

I-stretch at tiklop ang kuwarta (1.5 HOUR RISE TIME):
d) Lagyan ng kaunting tubig ang iyong mga kamay at iunat at tiklupin ang kuwarta sa mangkok sa pamamagitan ng pagtiklop sa mga gilid sa gitna, paisa-isang gilid. Ang mga basang kamay ay ginagawang mas madali ang paggawa sa kuwarta at dapat ay aabutin ka ng wala pang isang minuto upang tiklop ang lahat ng 4 na gilid. Takpan ng plastic wrap at hayaang magpahinga ang kuwarta ng 30 minuto.
e) Ulitin ang hakbang na ito sa pag-unat at pagtiklop, pagkatapos ay takpan ng plastic wrap at hayaang magpahinga ang kuwarta para sa isa pang 30 minuto. Pagkatapos, ulitin ang kahabaan at tiklop na hakbang sa huling pagkakataon at hayaan itong magpahinga ng isa pang 30 minuto. Pagkatapos ng 3 round ng stretch at fold na may 30 minutong resting period, tataas ang kuwarta at humigit-kumulang doble ang laki.

HUMUHA ANG DOUGH (40 MINUTES RISE TIME):
f) Ilipat ang kuwarta sa ibabaw ng floured. Tandaan na ang masa ay malagkit pa rin at okay lang iyon. Budburan ang kuwarta ng kaunting

harina at hubugin ito sa isang parihaba sa pamamagitan ng dahan-dahang paghila ng kuwarta mula sa ilalim. Mag-ingat na huwag pindutin ang kuwarta dahil ang mga butas ng hangin na nakulong sa loob ay maaaring mapilipit.

g) I-roll ang kuwarta sa isang log at pindutin ang gilid upang mai-seal. Hatiin ang pinagsamang kuwarta sa 4-5 pantay na bahagi, at ilagay ang bawat piraso nang hindi bababa sa dalawang pulgada ang hiwalay, sa isang mahusay na harina na ibabaw ng trabaho. Hayaang magpahinga ang kuwarta ng mga 40 minuto. Ito ay tinatawag na panghuling pagpapatunay.

MAGBAKE NG CIABATTA ROLLS:

h) Maingat na ilipat ang bawat kuwarta sa isang 8x12-pulgadang baking tray na may linyang parchment. Dahil medyo malagkit pa ang kuwarta, lagyan ng harina para makatulong sa paghawak nito. Itabi.

i) Punan ang isang baking pan ng tubig at ilagay ito sa ilalim ng iyong oven. Painitin muna ang hurno sa 420 F, at hayaan itong mapuno ng singaw mula sa tubig. Kapag handa na ang oven, i-slide ang baking tray at mag-spray kaagad ng tubig sa kuwarta. Maghurno ng 20 minuto.

j) Hayaang lumamig ang tinapay sa loob ng 20 minuto.

k) Upang tingnan kung tapos na ang tinapay, maaari mong i-tap ang ilalim ng tinapay gamit ang iyong daliri. Ang tinapay ay tutunog na hungkag kapag sila ay tapos na.

5. Bread Machine Ciabatta

MGA INGREDIENTS:
BIGA
- ⅛ kutsarita ng instant o bread machine yeast
- ½ tasa (114 g) ng tubig, malamig
- 1 tasa (120 g) hindi pinaputi na all-purpose na harina

CIABATTA DOUGH
- ½ tasa (114 g) ng tubig, malamig
- ¼ tasa (57 g) gatas, malamig
- 1½ kutsarita ng mesa o asin sa dagat
- 2 tasa (240 g) na walang bleach na all-purpose na harina
- ½ kutsarita instant o bread machine yeast
- harina o semolina para sa pagbuburo ng tabla at iyong mga kamay

MGA TAGUBILIN:
HALOS ANG BIGA
a) Pagsamahin ang ⅛ kutsarita ng instant o bread machine yeast, ½ tasa (114 g) na tubig, malamig, at 1 tasa (120 g) na walang bleach na all-purpose na harina sa pan ng bread machine. (Gumamit ng isa pang lalagyan kung ayaw mong itali ang iyong makina ng tinapay nang ganoon katagal.) Piliin ang cycle ng DOUGH at i-on ito ng mga 5 minuto upang paghaluin ang mga sangkap. Gumamit ng isang maliit na spatula upang kuskusin ang labis na harina mula sa mga sulok patungo sa basang pinaghalong harina. I-off o i-unplug ang makina at hayaang umupo ng 12-24 na oras.

b) Kung hindi gagamitin ang biga sa loob ng 24 na oras, ilagay ang foamy mixture sa refrigerator. Ang lasa ay magiging mas mabuti-hanggang sa 3-4 na araw. Payagan ang biga na dumating sa temperatura ng silid bago magpatuloy sa susunod na hakbang.

PAGHILO NG CIABATTA DOUGH
c) Sa nakalistang pagkakasunud-sunod, magdagdag ng ½ tasa (114 g) na tubig, malamig, ¼ tasa (57 g) na gatas, malamig, 1½ kutsarita ng mesa o sea salt, 2 tasa (240 g) walang bleach na all-purpose na harina at ½ kutsarita ng instant o tinapay. machine yeast to the biga sa iyong bread machine.

d) Piliin ang DOUGH cycle at itulak ang simula. Pagkatapos ng 15-20 minuto, buksan ang takip at suriin ang kuwarta. Ang kuwarta ay dapat magsimulang magmukhang makintab ngunit malagkit pa rin. Paikot-ikot ang kuwarta sa (mga) sagwan.

e) Kung ang kuwarta ay hindi dumikit sa mga gilid, magdagdag ng tubig ng 1 kutsara sa isang pagkakataon. Kung ang masa ay mukhang isang makapal na pancake batter, magdagdag ng dagdag na harina 1 kutsara sa isang pagkakataon. Kung natimbang mo nang tama ang iyong harina, sana, walang kinakailangang pagsasaayos.

f) Kapag huminto ang pagmamasa, alisin ang kawali mula sa makina. Huwag hayaang matapos ang DOUGH cycle gaya ng karaniwan mong ginagawa.

g) Bahagyang spray ang isang 3-quart square o rectangular na lalagyan na may langis. Gumamit ng isang brush o iyong kamay upang balutin ang loob ng lalagyan.

h) Gumamit ng greased spatula upang alisin ang malagkit na masa mula sa bread machine pan papunta sa isang well-greased plastic container. Langis ang lahat ng ibabaw ng kuwarta sa pamamagitan ng pag-flip ng kuwarta gamit ang spatula.

i) Takpan at hayaang tumaas ang kuwarta sa temperatura ng kuwarto. Huwag subukang madaliin ito. Hayaang tumaas ang kuwarta hanggang doble. Tatagal ito ng isang oras o mas matagal pa kung malamig ang kwarto.

j) Gamit ang isang greased spatula, ilagay ito sa ilalim ng kuwarta sa mga sulok at iangat ang bawat sulok at bawat panig pataas at sa gitna.

k) Takpan at hayaang umupo ng 30 minuto.

l) Ulitin ang nakaraang hakbang upang iangat ang mga sulok ng kuwarta patungo sa gitna. Muli, hayaang magpahinga ang kuwarta sa loob ng 30 minuto. Nakakatulong ito upang matiyak ang isang butas na texture

PAGHUHUBO SA CIABATTA DOUGH

m) Gumamit ng harina o semolina para sa pagbuburo ng board at iyong mga kamay. Alisan ng laman ang kuwarta sa pamamagitan ng pagbaligtad ng lalagyan sa tabla o ibabaw ng trabaho. Ang kuwarta ay dapat na nasa parehong pangkalahatang parisukat o hugis-parihaba na hugis ng lalagyan na pinagtibay nito. HUWAG IBABA ANG DOUGH tulad ng ginagawa mo sa normal na kuwarta ng tinapay.

n) I-spray o lagyan ng olive oil ang isang bench scraper (o malaking kutsilyo). Gamitin ito upang hatiin ang rektanggulo ng kuwarta sa kalahati ng mahabang daan.

o) Saluhin ang mahabang panloob na gilid ng bawat tinapay gamit ang oiled bench scraper at hilahin ito pataas sa itaas nang halos kalahati at patungo sa panlabas na gilid. Nag-iiwan ito ng mas maraming puwang sa pagitan ng bawat tinapay.

p) Ngayon, saluhin ang panlabas na gilid ng bawat tinapay (ang mukhang malapit nang mahulog sa tray sa puntong ito) gamit ang bench scraper. Muli, hilahin ito sa ibabaw ng tinapay halos kalahati sa direksyon ng gitna ng tray.

q) Ituwid at linisin ang hugis gamit ang isang bench knife. Gamitin ang iyong mga daliring pinahiran ng mabuti o nilagyan ng harina (parang tumutugtog ka ng piano) para dimple ang ibabaw ng kuwarta.

SECOND RISE AT BAKING

r) Kung gumagamit ka ng silicone mat, ilipat o hilahin ang banig na may mga hugis na tinapay sa isang walang gilid na baking sheet.

s) Kung hindi ka gumagamit ng silicone mat, gumamit ng liberally-floured na mga kamay upang maingat na ilipat ang dalawang silindro ng kuwarta sa isang inihandang cookie sheet.

t) Takpan ang mga tinapay para hindi matuyo ang masa at maging crust. Maaari mo ring i-spray ang isang malaking piraso ng plastic wrap na may langis at takpan ang mga tinapay dito.

u) Painitin ang oven sa 450°F (230°C).

v) Hayaang magpahinga ang mga tinapay nang humigit-kumulang 30-45 minuto o hanggang sa sila ay pumutok.

w) Digyan ng tubig ang mga tinapay gamit ang spray bottle. Maghurno sa 450° F (230°C) sa loob ng 18-20 minuto. I-spray ang mga tinapay ng isa o dalawang beses sa unang 5 minuto ng pagluluto. Gawin ito nang mabilis para hindi mawala ang sobrang init ng iyong oven.

x) Ginagawa ang mga tinapay kapag ang crust ay ginintuang kayumanggi at ang panloob na temperatura ay umabot sa 210°F (98°C).

y) Hayaang lumamig ang mga tinapay sa isang cooling rack nang hindi bababa sa isang oras bago hiwain.

6. Rice Ciabatta

MGA INGREDIENTS:
GLUTEN-FREE ALL-PURPOSE FLOUR MIXTURE
- 6 tasang bato na giniling na puting bigas na harina
- 3 1/4 tasa ng harina ng sorghum
- 1 3/4 tasa ng tapioca flour o starch
- 1 1/4 tasa ng patatas na almirol
- 1/4 tasa ng xanthan gum o psyllium husk powder

CIABATTA BREAD NA WALANG GLUTEN
- 6 1/2 tasa Gluten-Free All-Purpose Flour Mixture
- 1 kutsarang instant yeast o dry active yeast
- 1 hanggang 1 1/2 kutsarang coarse kosher salt
- 2 kutsarang pinong asukal
- 3 3/4 tasa ng maligamgam na tubig
- parchment paper o cornmeal

MGA TAGUBILIN:
GLUTEN-FREE ALL-PURPOSE FLOUR MIXTURE
a) Talunin at ihalo ang mga sangkap sa isang lalagyan na may takip na 5 hanggang 6 na quart.
b) Tapusin sa pamamagitan ng pagpulot ng lalagyan at masiglang iling hanggang sa ganap na mahalo ang mga harina.

CIABATTA BREAD NA WALANG GLUTEN
c) Sa isang 5 hanggang 6-quart na mangkok o stand mixer, haluin ang harina, lebadura, asin, at asukal.
d) Idagdag ang maligamgam na tubig — ang maligamgam na tubig (100ºF) ay magbibigay-daan sa masa na tumaas sa tamang punto para iimbak sa loob ng humigit-kumulang 2 oras.
e) Paghaluin gamit ang paddle attachment ng mixer hanggang ang timpla ay napakakinis, sa loob ng halos isang minuto. Bilang kahalili, gamit ang isang kutsara o spatula, haluing mabuti gamit ang kamay sa loob ng isa hanggang dalawang minuto. Hindi kailangan ang pagmamasa. Ilipat ang pinaghalong sa may takip (hindi airtight) na lalagyan ng pagkain.
f) Takpan ng takip na akma nang husto sa lalagyan ngunit maaaring mabuksan ito upang hindi ito ganap na masikip sa hangin. Ayos din ang plastic wrap. Pahintulutan ang pinaghalong tumaas sa temperatura ng

kuwarto mga 2 oras; pagkatapos ay palamigin ito at gamitin sa susunod na 10 araw. Maaari mong gamitin ang isang bahagi ng kuwarta anumang oras pagkatapos ng 2 oras na pagtaas. Hindi gaanong malagkit at mas madaling gamitin ang fully refrigerated wet dough kaysa sa dough sa room temperature, ngunit anuman ang gawin mo, huwag i-punch down ang dough — hindi ito kailangan ng gluten-free bread baking.

g) Sa araw ng pagbe-bake: hilahin ang isang 1-pound (grapefruit-size) na piraso ng kuwarta, pagkatapos ay ilagay ito sa isang balat ng pizza na inihanda na may maraming cornmeal o sa isang malaking piraso ng parchment paper. Dahan-dahang pindutin ang kuwarta sa isang pahabang hugis-itlog na may kapal na 3/4-pulgada na may sukat na humigit-kumulang 9-pulgada sa 5-pulgada. Gumamit ng mga basang daliri upang pakinisin ang ibabaw. Alikabok ang tuktok ng harina ng bigas at takpan ng maluwag na plastic wrap o isang nakabaligtad na mangkok.

h) Pahintulutan itong magpahinga sa temperatura ng silid sa loob ng 30 minuto. Ang kuwarta ay hindi magmumukhang tumaas nang husto pagkatapos ng 30 minuto — ito ay normal. Alisin ang plastic wrap at alikabok ng mas maraming harina kung ang karamihan sa mga ito ay natanggal o nasipsip.

i) Habang nagpapahinga ang kuwarta, painitin muna ang baking stone o baking steel malapit sa gitna ng iyong oven na nakatakda sa 450ºF sa loob ng 30 minuto. Bilang kahalili, painitin ang isang may takip na Dutch oven sa loob ng 45 minuto sa 450ºF. Kung ikaw ay gumagamit ng bato o bakal, maglagay ng walang laman na metal broiler tray para lalagyan ng tubig sa istante sa ibaba ng bato o bakal.

j) Shimmy ang tinapay papunta sa preheated na bato. Mabilis at maingat na ibuhos ang 1 tasa ng mainit na tubig mula sa gripo papunta sa metal na broiler tray at isara ang pinto ng oven upang ma-trap ang singaw. Kung gumagamit ka ng parchment paper sa bakal o bato, alisin ito pagkatapos ng 20 minuto. Maghurno ng tinapay sa kabuuang 35 minuto. Bilang kahalili, gamitin ang piraso ng parchment paper bilang mga hawakan at maingat na ibaba ang papel na parchment na pinahiran ng kuwarta sa preheated pot. Takpan at ilagay sa oven. Hindi na kailangan ng steam bath gamit ang dutch oven. Kung gumagamit ka ng preheated na sisidlan, tanggalin ang takip pagkatapos ng 30 minuto, at maghurno ng 5 minuto nang walang takip o hanggang sa ang crust ay matingkad na kayumanggi.

k) Hayaang lumamig nang buo ang tinapay, mga 2 oras, sa wire rack. Ang gluten-free na tinapay ay nangangailangan ng buong dalawang oras na paglamig upang ganap na ma-set.

l) Itago ang natitirang kuwarta sa refrigerator sa iyong nakatakip o maluwag na plastic na balot na lalagyan at gamitin ito sa susunod na 10 araw. Kung ang iyong lalagyan ay hindi nailalabas, payagan ang mga gas na makatakas sa pamamagitan ng pag-iwan sa takip na bukas ng isang bitak sa unang dalawang araw sa refrigerator. Pagkatapos nito, maaari itong isara.

7. Almond Flour Ciabatta

MGA INGREDIENTS:
- 2 tasang almond flour
- 1/2 tasa ng harina ng niyog
- 2 1/4 kutsarita ng aktibong dry yeast (1 pakete)
- 1 kutsarita ng asin
- 1 1/2 tasa ng maligamgam na tubig
- 1 kutsarang pulot (o isang pampatamis na gusto mo)
- 2 kutsarang langis ng oliba
- 1 kutsarita xanthan gum (opsyonal)

MGA TAGUBILIN:
a) Sa isang malaking mixing bowl, pagsamahin ang almond flour, coconut flour, active dry yeast, at asin. Paghaluin silang mabuti.
b) Sa isang hiwalay na mangkok, paghaluin ang maligamgam na tubig, pulot (o ang iyong napiling pangpatamis), at langis ng oliba. Haluin hanggang matunaw ang pulot.
c) Ibuhos ang basang timpla sa mga tuyong sangkap at ihalo ang mga ito hanggang sa mabuo ang masa. Kung ninanais, maaari kang magdagdag ng xanthan gum sa puntong ito para sa mas magandang texture, ngunit ito ay opsyonal.
d) Kapag nahalo nang mabuti ang kuwarta, hubugin ito ng ciabatta sa isang baking sheet na nilagyan ng parchment paper.
e) Painitin muna ang iyong oven sa 350°F (175°C).
f) Hayaang tumaas ang ciabatta ng mga 20 minuto. Maaari mo itong takpan ng malinis na tuwalya sa kusina sa panahong ito.
g) Pagkatapos ng tumataas na panahon, ihurno ang ciabatta sa preheated oven sa loob ng mga 35-40 minuto, o hanggang sa maging golden brown ang labas at parang hungkag kapag tinapik mo ito.
h) Hayaang lumamig ang ciabatta bago hiwain at ihain.

8. Cassava Flour Ciabatta

MGA INGREDIENTS:
- 2 tasang cassava flour
- 1 tasang tapioca flour
- 2 1/4 kutsarita ng aktibong dry yeast (1 pakete)
- 1 kutsarita ng asin
- 1 1/2 tasa ng maligamgam na tubig
- 1 kutsarang asukal
- 2 kutsarang langis ng oliba
- 1 kutsarita xanthan gum (opsyonal)

MGA TAGUBILIN:
a) Sa isang malaking mixing bowl, pagsamahin ang cassava flour, tapioca flour, active dry yeast, at asin. Paghaluin ang mga ito nang lubusan.
b) Sa isang hiwalay na mangkok, paghaluin ang maligamgam na tubig, asukal, at langis ng oliba. Haluin hanggang ang asukal ay ganap na matunaw.
c) Ibuhos ang basang timpla sa mangkok na may mga tuyong sangkap at ihalo ang mga ito hanggang sa mabuo ang kuwarta. Kung gusto mo, maaari kang magdagdag ng xanthan gum sa puntong ito para sa pinahusay na texture, ngunit ito ay opsyonal.
d) Kapag nahalo nang mabuti ang kuwarta, hubugin ito ng ciabatta sa isang baking sheet na nilagyan ng parchment paper.
e) Painitin muna ang iyong oven sa 350°F (175°C).
f) Hayaang tumaas ang ciabatta nang mga 20 minuto. Maaari mo itong takpan ng malinis na tuwalya sa kusina sa panahong ito.
g) Pagkatapos ng tumataas na panahon, ihurno ang ciabatta sa preheated oven sa loob ng humigit-kumulang 35-40 minuto, o hanggang sa maging golden brown sa labas at parang hungkag kapag tinapik mo ito.
h) Hayaang lumamig ang ciabatta bago hiwain at ihain.

9. Chickpea Flour Ciabatta

MGA INGREDIENTS:
- 2 tasang chickpea flour
- 1/2 tasa ng patatas na almirol
- 2 1/4 kutsarita ng aktibong dry yeast (1 pakete)
- 1 kutsarita ng asin
- 1 1/2 tasa ng maligamgam na tubig
- 1 kutsarang asukal
- 2 kutsarang langis ng oliba
- 1 kutsarita xanthan gum (opsyonal)

MGA TAGUBILIN:
a) Sa isang malaking mixing bowl, pagsamahin ang chickpea flour, potato starch, active dry yeast, at asin. Paghaluin ang mga ito nang lubusan.
b) Sa isang hiwalay na mangkok, paghaluin ang maligamgam na tubig, asukal, at langis ng oliba. Haluin hanggang ang asukal ay ganap na matunaw.
c) Ibuhos ang basang timpla sa mangkok na may mga tuyong sangkap at ihalo ang mga ito hanggang sa mabuo ang kuwarta. Kung gusto mo, maaari kang magdagdag ng xanthan gum sa puntong ito para sa pinahusay na texture, ngunit ito ay opsyonal.
d) Kapag nahalo nang mabuti ang kuwarta, hubugin ito ng ciabatta sa isang baking sheet na nilagyan ng parchment paper.
e) Painitin muna ang iyong oven sa 350°F (175°C).
f) Hayaang tumaas ang ciabatta nang mga 20 minuto. Maaari mo itong takpan ng malinis na tuwalya sa kusina sa panahong ito.
g) Pagkatapos ng tumataas na panahon, ihurno ang ciabatta sa preheated oven sa loob ng humigit-kumulang 35-40 minuto, o hanggang sa maging golden brown sa labas at parang hungkag kapag tinapik mo ito.
h) Hayaang lumamig ang ciabatta bago hiwain at ihain.

10. Buckwheat Flour Ciabatta

MGA INGREDIENTS:
- 2 tasang bakwit na harina
- 1 tasang brown rice flour
- 2 1/4 kutsarita ng aktibong dry yeast (1 pakete)
- 1 kutsarita ng asin
- 1 1/2 tasa ng maligamgam na tubig
- 1 kutsarang pulot (o isang pampatamis na gusto mo)
- 2 kutsarang langis ng oliba
- 1 kutsarita xanthan gum (opsyonal)

MGA TAGUBILIN:
a) Sa isang malaking mixing bowl, pagsamahin ang buckwheat flour, brown rice flour, active dry yeast, at asin. Paghaluin ang mga ito nang lubusan.
b) Sa isang hiwalay na mangkok, paghaluin ang maligamgam na tubig, pulot (o ang iyong napiling pangpatamis), at langis ng oliba. Haluin hanggang ang pulot ay ganap na matunaw.
c) Ibuhos ang basang timpla sa mangkok na may mga tuyong sangkap at ihalo ang mga ito hanggang sa mabuo ang kuwarta. Kung gusto mo, maaari kang magdagdag ng xanthan gum sa puntong ito para sa pinahusay na texture, ngunit ito ay opsyonal.
d) Kapag nahalo nang mabuti ang kuwarta, hubugin ito ng ciabatta sa isang baking sheet na nilagyan ng parchment paper.
e) Painitin muna ang iyong oven sa 350°F (175°C).
f) Hayaang tumaas ang ciabatta nang mga 20 minuto. Maaari mo itong takpan ng malinis na tuwalya sa kusina sa panahong ito.
g) Pagkatapos ng tumataas na panahon, ihurno ang ciabatta sa preheated oven sa loob ng humigit-kumulang 35-40 minuto, o hanggang sa maging golden brown sa labas at parang hungkag kapag tinapik mo ito.
h) Hayaang lumamig ang ciabatta bago hiwain at ihain.

11. Teff Flour Ciabatta

MGA INGREDIENTS:
- 2 tasang teff flour
- 1 tasang tapioca flour
- 2 1/4 kutsarita ng aktibong dry yeast (1 pakete)
- 1 kutsarita ng asin
- 1 1/2 tasa ng maligamgam na tubig
- 1 kutsarang asukal
- 2 kutsarang langis ng oliba
- 1 kutsarita xanthan gum (opsyonal)

MGA TAGUBILIN:
a) Sa isang malaking mixing bowl, pagsamahin ang teff flour, tapioca flour, active dry yeast, at asin. Paghaluin ang mga ito nang lubusan.
b) Sa isang hiwalay na mangkok, paghaluin ang maligamgam na tubig, asukal, at langis ng oliba. Haluin hanggang ang asukal ay ganap na matunaw.
c) Ibuhos ang basang timpla sa mangkok na may mga tuyong sangkap at ihalo ang mga ito hanggang sa mabuo ang kuwarta. Kung gusto mo, maaari kang magdagdag ng xanthan gum sa puntong ito para sa pinahusay na texture, ngunit ito ay opsyonal.
d) Kapag nahalo nang mabuti ang kuwarta, hubugin ito ng ciabatta sa isang baking sheet na nilagyan ng parchment paper.
e) Painitin muna ang iyong oven sa 350°F (175°C).
f) Hayaang tumaas ang ciabatta nang mga 20 minuto. Maaari mo itong takpan ng malinis na tuwalya sa kusina sa panahong ito.
g) Pagkatapos ng tumataas na panahon, ihurno ang ciabatta sa preheated oven sa loob ng humigit-kumulang 35-40 minuto, o hanggang sa maging golden brown sa labas at parang hungkag kapag tinapik mo ito.
h) Hayaang lumamig ang ciabatta bago hiwain at ihain.

12. Sorghum Flour Ciabatta

MGA INGREDIENTS:
- 2 tasang sorghum flour
- 1 tasang patatas na almirol
- 2 1/4 kutsarita ng aktibong dry yeast (1 pakete)
- 1 kutsarita ng asin
- 1 1/2 tasa ng maligamgam na tubig
- 1 kutsarang asukal
- 2 kutsarang langis ng oliba
- 1 kutsarita xanthan gum (opsyonal)

MGA TAGUBILIN:

a) Sa isang malaking mixing bowl, pagsamahin ang sorghum flour, potato starch, active dry yeast, at asin. Paghaluin ang mga ito nang lubusan.

b) Sa isang hiwalay na mangkok, paghaluin ang maligamgam na tubig, asukal, at langis ng oliba. Haluin hanggang ang asukal ay ganap na matunaw.

c) Ibuhos ang basang timpla sa mangkok na may mga tuyong sangkap at ihalo ang mga ito hanggang sa mabuo ang kuwarta. Kung gusto mo, maaari kang magdagdag ng xanthan gum sa puntong ito para sa pinahusay na texture, ngunit ito ay opsyonal.

d) Kapag nahalo nang mabuti ang kuwarta, hubugin ito ng ciabatta sa isang baking sheet na nilagyan ng parchment paper.

e) Painitin muna ang iyong oven sa 350°F (175°C).

f) Hayaang tumaas ang ciabatta nang mga 20 minuto. Maaari mo itong takpan ng malinis na tuwalya sa kusina sa panahong ito.

g) Pagkatapos ng tumataas na panahon, ihurno ang ciabatta sa preheated oven sa loob ng humigit-kumulang 35-40 minuto, o hanggang sa maging golden brown sa labas at parang hungkag kapag tinapik mo ito.

h) Hayaang lumamig ang ciabatta bago hiwain at ihain.

FRUITY CIABATTA

13. Pear at Gorgonzola Ciabatta Pizza

MGA INGREDIENTS:
- 1 batch ng basic na ciabatta dough
- 2 hinog na peras, hiniwa nang manipis
- 1/2 cup crumbled Gorgonzola cheese
- 2 kutsarang pulot
- 1/4 tasa tinadtad na mga walnuts
- Mga sariwang dahon ng thyme para sa dekorasyon

MGA TAGUBILIN:

a) Painitin muna ang iyong oven sa 425°F (220°C).

b) Ihanda ang pangunahing ciabatta dough ayon sa iyong paboritong recipe.

c) Kapag ang kuwarta ay tumaas, suntukin ito at hatiin ito sa dalawang pantay na bahagi.

d) Pagulungin ang bawat bahagi ng kuwarta sa isang manipis na bilog sa ibabaw ng harina.

e) Ilipat ang rolled-out dough sa isang baking sheet na nilagyan ng parchment paper.

f) Ibuhos ang pulot nang pantay-pantay sa ibabaw ng bawat bilog ng kuwarta.

g) Ayusin ang manipis na hiniwang peras sa ibabaw ng pulot.

h) Iwiwisik ang crumbled Gorgonzola cheese at tinadtad na mga walnut sa ibabaw ng mga peras.

i) Maghurno sa preheated oven sa loob ng 15-20 minuto, o hanggang ang ciabatta crust ay maging golden brown at crispy.

j) Alisin sa oven at hayaang lumamig nang bahagya bago hiwain.

k) Palamutihan ng sariwang dahon ng thyme bago ihain.

14. Cherry at Mascarpone Stuffed Ciabatta French Toast

MGA INGREDIENTS:
- 1 batch ng basic na ciabatta dough
- 1 tasa pitted cherry, hatiin
- 4 ounces mascarpone cheese
- 4 malalaking itlog
- 1/2 tasa ng gatas
- 2 kutsarang butil na asukal
- 1 kutsarita vanilla extract
- Maple syrup para sa paghahatid

MGA TAGUBILIN:
a) Painitin muna ang iyong oven sa 375°F (190°C).
b) Ihanda ang pangunahing ciabatta dough ayon sa iyong paboritong recipe.
c) Kapag ang kuwarta ay tumaas, suntukin ito at hatiin ito sa apat na pantay na bahagi.
d) Igulong ang bawat bahagi ng kuwarta sa isang maliit na parihaba sa ibabaw ng harina.
e) Ikalat ang mascarpone cheese nang pantay-pantay sa kalahati ng bawat parihaba ng kuwarta.
f) Ilagay ang mga halves ng cherry sa ibabaw ng mascarpone cheese.
g) I-fold ang kalahati ng kuwarta sa ibabaw ng pagpuno upang bumuo ng isang bulsa at i-seal ang mga gilid.
h) Sa isang mababaw na ulam, haluin ang mga itlog, gatas, granulated na asukal, at vanilla extract para gawing French toast batter.
i) Isawsaw ang bawat pinalamanan na bulsa ng ciabatta sa French toast batter, pinahiran ang magkabilang panig.
j) Ilagay ang pinalamanan na mga bulsa ng ciabatta sa isang baking sheet na nilagyan ng parchment paper.
k) Maghurno sa preheated oven sa loob ng 20-25 minuto, o hanggang sa maging golden brown at maluto ang ciabatta.
l) Ihain nang mainit na may maple syrup.

15. Apple Cinnamon Stuffed Ciabatta Rolls

MGA INGREDIENTS:
- 1 batch ng basic na ciabatta dough
- 2 mansanas, binalatan, tinadtad, at tinadtad
- 2 kutsarang unsalted butter
- 1/4 tasa ng brown sugar
- 1 kutsarita ng giniling na kanela
- 1/4 kutsarita ng ground nutmeg
- 1 kutsarang lemon juice
- Powdered sugar para sa pag-aalis ng alikabok (opsyonal)

MGA TAGUBILIN:
a) Painitin muna ang iyong oven sa 375°F (190°C).

b) Ihanda ang pangunahing ciabatta dough ayon sa iyong paboritong recipe.

c) Sa isang kawali sa katamtamang init, matunaw ang mantikilya. Idagdag ang diced na mansanas at lutuin hanggang lumambot, mga 5-7 minuto.

d) Ihalo ang brown sugar, ground cinnamon, ground nutmeg, at lemon juice. Magluto ng karagdagang 2-3 minuto hanggang ang timpla ay karamelo at mabango. Alisin mula sa init at hayaang lumamig nang bahagya.

e) Hatiin ang ciabatta dough sa maliliit na bahagi. Paliitin ang bawat bahagi sa isang bilog.

f) Sandok ang pinaghalong mansanas sa gitna ng bawat bilog ng ciabatta.

g) Tiklupin ang mga gilid ng ciabatta dough sa ibabaw ng laman ng mansanas, kurutin ang mga gilid upang maselyo at bumuo ng bola.

h) Ilagay ang pinalamanan na ciabatta roll sa isang baking sheet na nilagyan ng parchment paper.

i) Maghurno sa preheated oven sa loob ng 15-20 minuto, o hanggang ang mga rolyo ay maging ginintuang kayumanggi at maluto.

j) Alisin mula sa oven at hayaang lumamig nang bahagya. Alikabok ng may pulbos na asukal bago ihain, kung ninanais.

16. Cranberry Walnut Whole Wheat Ciabatta

MGA INGREDIENTS:
- 1 1/2 tasa ng maligamgam na tubig (110°F o 45°C)
- 2 1/4 kutsarita ng aktibong dry yeast (1 pakete)
- 1 kutsarita ng asukal
- 3 1/2 tasa ng buong harina ng trigo
- 1 1/2 kutsarita ng asin
- 1/2 tasa ng pinatuyong cranberry
- 1/2 tasa tinadtad na mga walnuts
- 1 kutsarang langis ng oliba
- Cornmeal o semolina na harina (para sa pag-aalis ng alikabok)

MGA TAGUBILIN:
a) Sa isang maliit na mangkok, pagsamahin ang maligamgam na tubig, lebadura, at asukal. Hayaang umupo ito ng mga 5-10 minuto hanggang sa maging mabula ang timpla.
b) Sa isang malaking mangkok ng paghahalo, pagsamahin ang buong harina ng trigo at asin. Gumawa ng isang balon sa gitna ng pinaghalong harina.
c) Ibuhos ang yeast mixture at olive oil sa balon sa harina.
d) Pagsamahin ang mga sangkap hanggang sa mabuo ang isang masa.
e) Masahin ang kuwarta sa ibabaw na may harina nang mga 8-10 minuto hanggang sa maging makinis at nababanat. Maaari kang magdagdag ng kaunting harina kung ang masa ay masyadong malagkit.
f) Ilagay ang kuwarta sa isang mangkok na may kaunting mantika, takpan ito ng malinis na tela o plastic wrap, at hayaan itong tumaas sa isang mainit, walang draft na lugar sa loob ng humigit-kumulang 1 oras o hanggang sa dumoble ang laki nito.
g) Painitin muna ang iyong oven sa 450°F (230°C). Maglagay ng baking stone o isang baligtad na baking sheet sa oven habang ito ay nagpapainit. Kung mayroon kang pizza stone, mahusay iyon para sa pagluluto ng ciabatta.
h) Punch down ang kuwarta at hatiin ito sa dalawang pantay na bahagi.
i) Pagulungin ang bawat bahagi sa isang mahaba, manipis na hugis ng ciabatta. Maaari mong gamitin ang iyong mga kamay upang

hubugin ang kuwarta o igulong ito sa ibabaw na nilagyan ng harina at pagkatapos ay ilipat ito sa isang baking sheet o balat ng pizza na nilagyan ng alikabok ng cornmeal o semolina na harina.

j) Iwiwisik ang mga pinatuyong cranberry at tinadtad na mga walnut nang pantay-pantay sa ibabaw ng bawat ciabatta at dahan-dahang idiin ang mga ito sa kuwarta.

k) Takpan ang hugis na ciabatta ng malinis na tela at hayaang bumangon muli ng mga 20-30 minuto.

l) Gamit ang isang matalim na kutsilyo o isang razor blade, gumawa ng diagonal na mga hiwa sa mga tuktok ng ciabatta. Nakakatulong ito sa kanila na lumawak at bumuo ng klasikong ciabatta na hitsura.

m) Maingat na ilipat ang ciabatta sa preheated oven, direkta sa baking stone o sa mainit na baking sheet. Mag-ingat kapag binubuksan ang oven; ito ay mainit!

n) Maghurno ng humigit-kumulang 25-30 minuto, o hanggang ang ciabatta ay maging ginintuang kayumanggi at tunog guwang kapag tinapik sa ilalim.

o) Hayaang lumamig ang ciabatta sa wire rack bago hiwain at ihain.

17.Apricot ciabatta na may Honey Glaze

MGA INGREDIENTS:
- 2 tasa ng Flour
- 1.5 tasa ng Tubig
- 1 tsp ng Yeast
- 1 kutsarita ng Asin
- 10 pinatuyong aprikot, ibinabad sa orange juice magdamag
- 3 kutsara ng Honey
- 1 kutsarita ng Mantikilya
- 1 kutsara ng almond flakes
- 1 kutsarang pasas

MGA TAGUBILIN:
a) Magsimula sa pamamagitan ng pagtitipon ng lahat ng iyong mga sangkap.
b) Kunin ang harina sa isang malalim na mangkok upang mapadali ang paghahanda ng kuwarta. Magdagdag ng lebadura at asin sa harina, pagkatapos ay ihalo at ihalo ang lahat nang lubusan.
c) Magdagdag ng tubig at ihalo ito ng mabuti sa pinaghalong harina. Magkakaroon ka ng malagkit na kuwarta sa puntong ito.
d) Takpan ang mangkok na naglalaman ng kuwarta na may cling film at hayaan itong magpahinga ng 45 minuto.
e) Pagkatapos ng 45 minuto, basain ang iyong mga kamay at tiklupin ang kuwarta sa loob ng ilang minuto. Ang kuwarta ay maaaring medyo malagkit. Ulitin ang hakbang na ito ng tatlong beses, na ang bawat pag-uulit ay pinaghihiwalay ng 45 minutong pagitan.
f) Pagkatapos ng huling 45 minutong agwat, lagyan ng alikabok ang gumaganang ibabaw ng harina at ilipat ang kuwarta dito. Magwiwisik din ng ilang harina sa kuwarta.
g) Hatiin ang kuwarta sa 4 na pantay na bahagi.
h) Kumuha ng isang bahagi, pindutin at ikalat ito, at pagkatapos ay igulong ito sa hugis ng ciabatta. Ulitin ang prosesong ito sa iba pang mga bahagi.
i) Ilagay ang pinagsamang kuwarta sa isang baking tray na nilagyan ng parchment paper o may mantika. Takpan ito ng isang tela na napkin at hayaan itong magpahinga ng isa pang 20 minuto.

j) Painitin muna ang oven sa 200 degrees Celsius. Habang ang oven ay umiinit, alisin ang napkin at bahagyang mag-spray ng tubig sa kuwarta. Gumawa ng ilang hiwa sa tuktok ng kuwarta gamit ang isang matalim na kutsilyo. Maghurno ng 30 minuto.
k) Pagkatapos ng 30 minuto, magkakaroon ka ng magandang gintong ciabatta.
l) Ngayon, ihanda natin ang honey-glazed apricot. Alisan ng tubig ang orange juice mula sa mga aprikot. Sa isang kawali, matunaw ang mantikilya, at kapag mainit na, ilagay ang mga aprikot.
m) Lutuin ang mga aprikot hanggang sa maging ginintuang kayumanggi sa magkabilang panig.
n) Idagdag ang pulot sa kawali at haluing mabuti upang lumikha ng makintab na glaze para sa mga aprikot.
o) Panahon na upang tipunin ang ulam. Gupitin ang ciabatta sa gusto mong hugis at itaas ang mga ito ng honey-glazed apricot. Palamutihan ng almond flakes at mga pasas.

18. Blueberry at Lemon Ciabatta

MGA INGREDIENTS:
- 1 pack na Yeast
- 1½ kutsarang Honey
- 1¼ tasa ng maligamgam na tubig
- 1½ tasa ng harina ng tinapay
- 1½ tasang Buong harina ng trigo
- 1 kutsarita ng Asin
- 1 tasa sariwang blueberries
- Sarap ng 1 lemon
- ¼ tasa ng lemon juice
- Mantikilya (para sa coating bowl)
- 1 Itlog (pinalo, para sa glaze)

MGA TAGUBILIN:
a) I-dissolve ang lebadura at pulot sa ¼ tasa ng maligamgam na tubig at hayaan itong tumayo hanggang mabula, mga 10 minuto.
b) Sa isang food processor na nilagyan ng plastic dough blade, pagsamahin ang bread flour, whole wheat flour, at asin. Iproseso nang humigit-kumulang 30 segundo.
c) Idagdag ang yeast mixture sa food processor habang tumatakbo ang makina. Dahan-dahang idagdag ang natitirang 1 tasa ng tubig sa pamamagitan ng feed tube. Iproseso hanggang sa maalis ng masa ang mga gilid ng mangkok at hindi na tuyo, mga 1 minuto.
d) Ilabas ang kuwarta sa isang board na may bahagyang floured.
e) Masahin ang mga sariwang blueberries at lemon zest sa loob ng mga 5 minuto, o hanggang sa pantay-pantay ang pagkakabahagi nito.
f) Pahiran ng mantikilya ang isang malaking mangkok. Ilipat ang kuwarta sa mangkok, lumiliko upang lagyan ng mantikilya ang tuktok. Takpan ng plastic wrap at isang tuwalya at itabi ito upang tumaas sa isang mainit na lugar hanggang ang masa ay dumoble nang maramihan, mga 1 hanggang 1-½ na oras.
g) Painitin muna ang iyong oven sa 425°F (220°C).
h) Ilabas muli ang kuwarta sa isang board na may bahagyang floured.
i) Push down upang alisin ang mga bula ng hangin at hubugin ang kuwarta sa isang hugis ng ciabatta, mga 15-16 pulgada ang haba.

j) Ilipat ang hugis na kuwarta sa isang buttered baking sheet o isang ciabatta pan.
k) Takpan ng plastic wrap at tuwalya at itabi upang tumaas hanggang halos dumoble ang kuwarta, mga 45 minuto.
l) I-brush ang ciabatta gamit ang pinalo na itlog.
m) Maghurno sa loob ng 30 hanggang 40 minuto, hanggang sa ang ciabatta ay maging kayumanggi at tumutunog na guwang kapag tinapik.
n) Habang nagluluto ang ciabatta, maghanda ng lemon glaze sa pamamagitan ng paghahalo ng lemon juice na may kaunting pulot.
o) Kapag ang ciabatta ay tapos na, alisin ito mula sa oven at agad na i-brush ito ng lemon glaze upang magdagdag ng pagsabog ng lemon flavor.
p) Hayaang lumamig ang ciabatta ng ilang minuto bago hiwain.
q) Hatiin ang ciabatta sa mga indibidwal na serving at tamasahin ang iyong Blueberry at Lemon Ciabatta.

19. Fig and Brie Whole Wheat Ciabatta

MGA INGREDIENTS:
- 1 1/2 tasa ng maligamgam na tubig (110°F o 45°C)
- 2 1/4 kutsarita ng aktibong dry yeast (1 pakete)
- 1 kutsarita ng asukal
- 3 1/2 tasa ng buong harina ng trigo
- 1 1/2 kutsarita ng asin
- 1/2 tasa ng pinatuyong igos, tinadtad
- 4 oz Brie cheese, hiniwa o cube
- 1 kutsarang langis ng oliba
- Cornmeal o semolina na harina (para sa pag-aalis ng alikabok)

MGA TAGUBILIN:
a) Sa isang maliit na mangkok, pagsamahin ang maligamgam na tubig, lebadura, at asukal. Hayaang umupo ito ng mga 5-10 minuto hanggang sa maging mabula ang timpla.
b) Sa isang malaking mangkok ng paghahalo, pagsamahin ang buong harina ng trigo at asin. Gumawa ng isang balon sa gitna ng pinaghalong harina.
c) Ibuhos ang yeast mixture at olive oil sa balon sa harina.
d) Pagsamahin ang mga sangkap hanggang sa mabuo ang isang masa.
e) Masahin ang kuwarta sa ibabaw na may harina nang mga 8-10 minuto hanggang sa maging makinis at nababanat. Maaari kang magdagdag ng kaunting harina kung ang masa ay masyadong malagkit.
f) Ilagay ang kuwarta sa isang mangkok na may kaunting mantika, takpan ito ng malinis na tela o plastic wrap, at hayaan itong tumaas sa isang mainit, walang draft na lugar sa loob ng humigit-kumulang 1 oras o hanggang sa dumoble ang laki nito.
g) Painitin muna ang iyong oven sa 450°F (230°C). Maglagay ng baking stone o isang baligtad na baking sheet sa oven habang ito ay nagpapainit. Kung mayroon kang pizza stone, mahusay iyon para sa pagluluto ng ciabatta.
h) Punch down ang kuwarta at hatiin ito sa dalawang pantay na bahagi.
i) Pagulungin ang bawat bahagi sa isang mahaba, manipis na hugis ng ciabatta. Maaari mong gamitin ang iyong mga kamay upang

hubugin ang kuwarta o igulong ito sa ibabaw na nilagyan ng harina at pagkatapos ay ilipat ito sa isang baking sheet o balat ng pizza na nilagyan ng alikabok ng cornmeal o semolina na harina.

j) Pindutin nang pantay-pantay ang tinadtad na tuyong igos at Brie cheese na hiwa o cube sa masa.

k) Takpan ang hugis na ciabatta ng malinis na tela at hayaang bumangon muli ng mga 20-30 minuto.

l) Gamit ang isang matalim na kutsilyo o isang razor blade, gumawa ng diagonal na mga hiwa sa mga tuktok ng ciabatta. Nakakatulong ito sa kanila na lumawak at bumuo ng klasikong ciabatta na hitsura.

m) Maingat na ilipat ang ciabatta sa preheated oven, direkta sa baking stone o sa mainit na baking sheet. Mag-ingat kapag binubuksan ang oven; ito ay mainit!

n) Maghurno ng humigit-kumulang 25-30 minuto, o hanggang ang ciabatta ay maging ginintuang kayumanggi at tunog guwang kapag tinapik sa ilalim.

o) Hayaang lumamig ang ciabatta sa wire rack bago hiwain at ihain.

p) I-enjoy ang iyong lutong bahay na Fig at Brie Whole Wheat Ciabatta na may nakakatuwang kumbinasyon ng matatamis na igos at creamy na Brie cheese!

HERBED CIABATTA

20. Rosemary Bawang Ciabatta

MGA INGREDIENTS:
- 500g malakas na puting harina ng tinapay
- 10 g asin
- 7g instant yeast
- 350ml maligamgam na tubig
- 2 kutsarang langis ng oliba
- 2 cloves ng bawang, tinadtad
- 1 kutsarang tinadtad na sariwang rosemary
- Karagdagang langis ng oliba para sa pagsisipilyo

MGA TAGUBILIN:
a) Sa isang mangkok, paghaluin ang harina, asin, at lebadura. Magdagdag ng tubig at langis ng oliba, pagkatapos ay masahin hanggang makinis.
b) Takpan at hayaang tumaas hanggang dumoble ang laki.
c) Painitin ang oven sa 220°C (425°F).
d) Punch down na kuwarta at hugis ng ciabatta loaf.
e) Ilagay sa isang baking sheet, takpan, at hayaang bumangon muli.
f) Paghaluin ang tinadtad na bawang at tinadtad na rosemary na may kaunting olive oil. Ipahid ang timpla sa ibabaw ng ciabatta.
g) Maghurno para sa 25-30 minuto hanggang sa ginintuang kayumanggi. Palamigin sa wire rack bago hiwain.

21. Garlic Parsely Ciabatta

MGA INGREDIENTS:
- 1 ciabatta tinapay
- ½ tasa ng inasnan na mantikilya
- 4 na sibuyas ng bawang
- 2 kutsarang pinong gadgad na Parmesan cheese at dagdag para sa pagwiwisik sa mainit na garlic bread
- 2 kutsarang pinong tinadtad na flat leaf parsley
- ⅛ kutsarita ng pinong asin

MGA TAGUBILIN:

a) Painitin ang oven sa 425ºF/220ºC at maghanda ng malaking baking sheet.

b) Hatiin ang ciabatta sa kalahating pahaba at ilagay sa ibabaw ng baking sheet.

c) Balatan at gupitin ang mga sibuyas ng bawang. Budburan ng asin pagkatapos ay gamitin ang patag na talim ng kutsilyo para durugin ang tinadtad na bawang. Gumawa ng paraan sa kabuuan ng tumpok ng bawang pagkatapos ay simutin ang lahat at ulitin. Gawin ito ng ilang beses hanggang sa maging pinong paste ang bawang.

d) Sa isang maliit na mangkok ng paghahalo, pagsamahin ang mantikilya, tinadtad na bawang, keso ng Parmesan at perehil.

e) Gamit ang isang palette na kutsilyo o katulad nito, ikalat ang pinaghalong mantikilya sa isang manipis at pantay na layer sa gilid ng hiwa ng magkabilang kalahati ng tinapay.

f) Maghurno ng 10-15 minuto hanggang matunaw ang mantikilya at ang tinapay ay bahagyang ginintuang kayumanggi. Alisin sa oven at budburan agad ng extra grated Parmesan cheese. Gupitin sa 2 pulgada (5 cm) na hiwa at ihain nang mainit.

22. Rosemary Ciabatta

MGA INGREDIENTS:
- 1 bombilya na bawang
- 1 kutsarita ng asin
- 1 kutsarang langis ng oliba
- 4 na sanga ng rosemary
- karayom lamang
- 1 tinapay na ciabatta
- 1 kurot ng coarse sea salt

MGA TAGUBILIN:
a) Gupitin ang tuktok ng bombilya ng bawang (para makita mo ang mga clove) at ilagay ang bombilya sa isang hindi masusunog na pinggan.
b) Budburan ng isang kutsarita ng asin at isang kutsara ng langis ng oliba.
c) Ilagay ito ng isang oras sa oven sa 190 degrees Celsius.
d) Kapag ang bawang ay lumabas sa oven, hayaan itong lumamig sandali at pagkatapos ay pisilin ang bawang sa isang mangkok.
e) Magdagdag ng 60 ML ng langis ng oliba at haluing mabuti.
f) Itaas ang temperatura ng oven sa 225 degrees.
g) Gupitin ang tinapay gamit ang isang kutsilyo, hindi sa pamamagitan at sa pamamagitan ng (mga 1 cm sa itaas ng base).
h) I-brush ang mga gilid ng pinaghalong bawang / langis ng oliba.
i) Budburan ang tinapay na may rosemary at 1 kutsarang coarse sea salt. Pahiran ng kaunting olive oil.
j) Ilagay ang tinapay sa oven at hayaang maghurno ang tinapay ng 20 hanggang 25 minuto.
k) Kapag madilim na ang tinapay, maaari mo itong takpan ng aluminum foil.

23. Rosemary Whole Wheat Ciabatta

MGA INGREDIENTS:
- 1 1/2 tasa ng maligamgam na tubig (110°F o 45°C)
- 2 1/4 kutsarita ng aktibong dry yeast (1 pakete)
- 1 kutsarita ng asukal
- 3 1/2 tasa ng buong harina ng trigo
- 1 1/2 kutsarita ng asin
- 1 kutsarang langis ng oliba
- 1 1/2 kutsarang sariwang rosemary, pinong tinadtad (o 1 1/2 kutsarita na tuyo na rosemary)
- Cornmeal o semolina na harina (para sa pag-aalis ng alikabok)

MGA TAGUBILIN:
a) Sa isang maliit na mangkok, pagsamahin ang maligamgam na tubig, lebadura, at asukal. Hayaang umupo ito ng mga 5-10 minuto hanggang sa maging mabula ang timpla.
b) Sa isang malaking mangkok ng paghahalo, pagsamahin ang buong harina ng trigo, asin, at tinadtad na rosemary. Gumawa ng isang balon sa gitna ng pinaghalong harina.
c) Ibuhos ang yeast mixture at olive oil sa balon sa harina.
d) Pagsamahin ang mga sangkap hanggang sa mabuo ang isang masa.
e) Masahin ang kuwarta sa ibabaw na may harina nang mga 8-10 minuto hanggang sa maging makinis at nababanat. Maaari kang magdagdag ng kaunting harina kung ang masa ay masyadong malagkit.
f) Ilagay ang kuwarta sa isang mangkok na may kaunting mantika, takpan ito ng malinis na tela o plastic wrap, at hayaan itong tumaas sa isang mainit, walang draft na lugar sa loob ng humigit-kumulang 1 oras o hanggang sa dumoble ang laki nito.
g) Painitin muna ang iyong oven sa 450°F (230°C). Maglagay ng baking stone o isang baligtad na baking sheet sa oven habang ito ay nagpapainit. Kung mayroon kang pizza stone, mahusay iyon para sa pagluluto ng ciabatta.
h) Punch down ang kuwarta at hatiin ito sa dalawang pantay na bahagi.
i) Pagulungin ang bawat bahagi sa isang mahaba, manipis na hugis ng ciabatta. Maaari mong gamitin ang iyong mga kamay upang

hubugin ang kuwarta o igulong ito sa ibabaw na nilagyan ng harina at pagkatapos ay ilipat ito sa isang baking sheet o balat ng pizza na nilagyan ng alikabok ng cornmeal o semolina na harina.

j) Takpan ang hugis na ciabatta ng malinis na tela at hayaang bumangon muli ng mga 20-30 minuto.

k) Gamit ang isang matalim na kutsilyo o isang razor blade, gumawa ng diagonal na mga hiwa sa mga tuktok ng ciabatta. Nakakatulong ito sa kanila na lumawak at bumuo ng klasikong ciabatta na hitsura.

l) Maingat na ilipat ang ciabatta sa preheated oven, direkta sa baking stone o sa mainit na baking sheet. Mag-ingat kapag binubuksan ang oven; ito ay mainit!

m) Maghurno ng humigit-kumulang 25-30 minuto, o hanggang ang ciabatta ay maging ginintuang kayumanggi at tunog guwang kapag tinapik sa ilalim.

n) Hayaang lumamig ang ciabatta sa wire rack bago hiwain at ihain.

o) I-enjoy ang iyong homemade Rosemary Whole Wheat Ciabatta, na may napakagandang aroma at lasa ng rosemary!

NUT CIABATTA

24.Nut at Raisin Ciabatta

MGA INGREDIENTS:
- 1 pack na Yeast
- 1½ kutsarang Honey
- 1¼ tasa ng maligamgam na tubig
- 1½ tasa ng harina ng tinapay
- 1½ tasang Buong harina ng trigo
- 1 kutsarita ng Asin
- ¾ tasa Walnut halves o pistachios
- ¾ tasa ng mga currant
- ¼ tasa ng gintong pasas
- mantikilya; para sa coating bowl
- 1 Itlog; pinalo, para magpakinang

MGA TAGUBILIN:
a) I-dissolve ang lebadura at pulot sa ¼ tasa ng maligamgam na tubig at hayaang tumayo hanggang mabula, mga 10 minuto.

b) Sa isang food processor na nilagyan ng plastic dough blade, pagsamahin ang mga harina at asin. Iproseso ang tungkol sa 30 segundo. Idagdag ang mga walnut at iproseso ang karagdagang 15 segundo. Habang tumatakbo ang makina, ibuhos ang yeast mixture sa feed tube.

c) Habang tumatakbo ang makina, dahan-dahang magdagdag ng 1 tasa ng tubig sa pamamagitan ng feed tube.

d) Iproseso hanggang sa maalis ng masa ang mga gilid ng mangkok at hindi na tuyo, mga 1 minutong karagdagang. Lumiko sa isang board na may bahagyang floured at masahin ang mga currant at mga pasas sa loob ng mga 5 minuto.

e) Pahiran ng mantikilya ang isang malaking mangkok. Ilipat ang kuwarta sa mangkok, lumiliko upang lagyan ng mantikilya ang tuktok. Takpan ng plastic wrap at isang tuwalya at itabi upang tumaas sa isang mainit na lugar, hanggang ang masa ay dumoble nang maramihan, mga 1 hanggang 1-½ na oras.

f) Ilabas ang kuwarta sa isang board na may bahagyang floured. Punch down upang alisin ang mga bula ng hangin at hatiin ang kuwarta sa dalawang pantay na bahagi. Igulong ang bawat bahagi sa isang 6 x 15-pulgadang sheet. I-roll ang mga sheet sa mahabang cylinders, kurutin ang mga gilid upang mai-seal. Ilipat ang mga cylinder, pinagtahian ang gilid pababa, sa isang buttered baking sheet o dalawang ciabatta pan. Takpan ng plastic wrap at tuwalya at itabi upang tumaas hanggang halos dumoble ang kuwarta, mga 45 minuto.

g) Painitin ang oven sa 425.

h) I-brush ang mga tinapay gamit ang pinalo na itlog at hiwain ang bawat isa gamit ang isang matalim na kutsilyo ng ilang beses sa kahabaan ng dayagonal.

i) Maghurno sa loob ng 30 hanggang 40 minuto, hanggang ang mga tinapay ay maging browned.

25.Almond Poppy Seed Whole Wheat Ciabatta

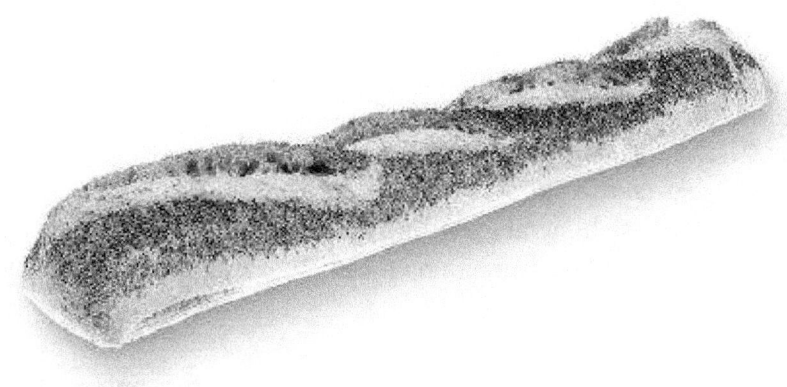

MGA INGREDIENTS:
- 1 1/2 tasa ng maligamgam na tubig (110°F o 45°C)
- 2 1/4 kutsarita ng aktibong dry yeast (1 pakete)
- 1/4 tasa ng asukal
- 3 1/2 tasa ng buong harina ng trigo
- 1 1/2 kutsarita ng asin
- 1/4 tasa almond meal (pinong giniling na mga almendras)
- 2 kutsarang buto ng poppy
- 1/4 tasa ng langis ng gulay
- 1 kutsarita almond extract
- 1/2 tasa hiniwang almond (para sa topping)
- Cornmeal o semolina na harina (para sa pag-aalis ng alikabok)

MGA TAGUBILIN:
a) Sa isang maliit na mangkok, pagsamahin ang maligamgam na tubig, lebadura, at asukal. Hayaang umupo ito ng mga 5-10 minuto hanggang sa maging mabula ang timpla.
b) Sa isang malaking mangkok ng paghahalo, pagsamahin ang buong harina ng trigo, almond meal, poppy seeds, at asin.
c) Gumawa ng isang balon sa gitna ng pinaghalong harina.
d) Ibuhos ang yeast mixture, vegetable oil, at almond extract sa balon sa harina.
e) Pagsamahin ang mga sangkap hanggang sa mabuo ang isang masa.
f) Masahin ang kuwarta sa ibabaw na may harina nang mga 8-10 minuto hanggang sa maging makinis at nababanat. Maaari kang magdagdag ng kaunting harina kung ang masa ay masyadong malagkit.
g) Ilagay ang kuwarta sa isang mangkok na may kaunting mantika, takpan ito ng malinis na tela o plastic wrap, at hayaan itong tumaas sa isang mainit, walang draft na lugar sa loob ng humigit-kumulang 1 oras o hanggang sa dumoble ang laki nito.
h) Painitin muna ang iyong oven sa 375°F (190°C). Maglagay ng baking sheet sa oven habang umiinit ito.
i) Punch down ang kuwarta at bumuo ng ito sa isang mahaba, manipis na hugis ciabatta. Maaari mong gamitin ang iyong mga

kamay upang hubugin ang kuwarta o igulong ito sa ibabaw ng harina.
j) Alikabok ang mainit na baking sheet ng cornmeal o semolina flour, at pagkatapos ay ilipat ang ciabatta sa sheet.
k) Iwiwisik ang mga hiniwang almendras sa ibabaw ng ciabatta, dahan-dahang idiin ang mga ito sa kuwarta.
l) Gamit ang isang matalim na kutsilyo o isang razor blade, gumawa ng ilang mababaw na hiwa sa tuktok ng ciabatta para sa dekorasyon.
m) Maghurno ng humigit-kumulang 25-30 minuto, o hanggang sa maging matatag ang ciabatta at parang hungkag kapag tinapik sa ilalim.
n) Hayaang lumamig ang ciabatta sa wire rack bago hiwain at ihain.
o) I-enjoy ang iyong masarap na Almond Poppy Seed Whole Wheat Ciabatta, na puno ng nutty goodness ng almonds at ang masarap na lasa ng poppy seeds!

26.Cranberry Macadamia Ciabatta

MGA INGREDIENTS:
- 1 1/2 tasa ng maligamgam na tubig (110°F o 45°C)
- 2 1/4 kutsarita ng aktibong dry yeast (1 pakete)
- 1 kutsarita ng asukal
- 3 1/2 tasa ng buong harina ng trigo
- 1 1/2 kutsarita ng asin
- 1/2 tasa ng pinatuyong cranberry
- 1/2 tasa tinadtad na macadamias
- 1 kutsarang langis ng oliba
- Cornmeal o semolina na harina (para sa pag-aalis ng alikabok)

MGA TAGUBILIN:
a) Sa isang maliit na mangkok, pagsamahin ang maligamgam na tubig, lebadura, at asukal. Hayaang umupo ito ng mga 5-10 minuto hanggang sa maging mabula ang timpla.
b) Sa isang malaking mangkok ng paghahalo, pagsamahin ang buong harina ng trigo at asin. Gumawa ng isang balon sa gitna ng pinaghalong harina.
c) Ibuhos ang yeast mixture at olive oil sa balon sa harina.
d) Pagsamahin ang mga sangkap hanggang sa mabuo ang isang masa.
e) Masahin ang kuwarta sa ibabaw na may harina nang mga 8-10 minuto hanggang sa maging makinis at nababanat. Maaari kang magdagdag ng kaunting harina kung ang masa ay masyadong malagkit.
f) Ilagay ang kuwarta sa isang mangkok na may kaunting mantika, takpan ito ng malinis na tela o plastic wrap, at hayaan itong tumaas sa isang mainit, walang draft na lugar sa loob ng humigit-kumulang 1 oras o hanggang sa dumoble ang laki nito.
g) Painitin muna ang iyong oven sa 450°F (230°C). Maglagay ng baking stone o isang baligtad na baking sheet sa oven habang ito ay nagpapainit. Kung mayroon kang pizza stone, mahusay iyon para sa pagluluto ng ciabatta.
h) Punch down ang kuwarta at hatiin ito sa dalawang pantay na bahagi.
i) Pagulungin ang bawat bahagi sa isang mahaba, manipis na hugis ng ciabatta. Maaari mong gamitin ang iyong mga kamay upang

	hubugin ang kuwarta o igulong ito sa ibabaw na nilagyan ng harina at pagkatapos ay ilipat ito sa isang baking sheet o balat ng pizza na nilagyan ng alikabok ng cornmeal o semolina na harina.
j)	Iwiwisik ang mga pinatuyong cranberry at tinadtad na mani nang pantay-pantay sa ibabaw ng bawat ciabatta at dahan-dahang idiin ang mga ito sa kuwarta.
k)	Takpan ang hugis na ciabatta ng malinis na tela at hayaang bumangon muli ng mga 20-30 minuto.
l)	Gamit ang isang matalim na kutsilyo o isang razor blade, gumawa ng diagonal na mga hiwa sa mga tuktok ng ciabatta. Nakakatulong ito sa kanila na lumawak at bumuo ng klasikong ciabatta na hitsura.
m)	Maingat na ilipat ang ciabatta sa preheated oven, direkta sa baking stone o sa mainit na baking sheet. Mag-ingat kapag binubuksan ang oven; ito ay mainit!
n)	Maghurno ng humigit-kumulang 25-30 minuto, o hanggang ang ciabatta ay maging ginintuang kayumanggi at tunog guwang kapag tinapik sa ilalim.
o)	Hayaang lumamig ang ciabatta sa wire rack bago hiwain at ihain.

27.Currant-walnut ciabatta

MGA INGREDIENTS:
- 1 pack na Yeast
- 1½ kutsarang Honey
- 1¼ tasa ng maligamgam na tubig
- 1½ tasa ng harina ng tinapay
- 1½ tasang Buong harina ng trigo
- 1 kutsarita ng Asin
- ¾ tasa Walnut halves o pistachios
- ¾ tasa ng mga currant
- ¼ tasa ng gintong pasas
- mantikilya; para sa coating bowl
- 1 Itlog; pinalo, para magpakinang

MGA TAGUBILIN:

j) I-dissolve ang lebadura at pulot sa ¼ tasa ng maligamgam na tubig at hayaang tumayo hanggang mabula, mga 10 minuto.

k) Sa isang food processor na nilagyan ng plastic dough blade, pagsamahin ang mga harina at asin. Iproseso ang tungkol sa 30 segundo. Idagdag ang mga walnut at iproseso ang karagdagang 15 segundo. Habang tumatakbo ang makina, ibuhos ang yeast mixture sa feed tube.

l) Habang tumatakbo ang makina, dahan-dahang magdagdag ng 1 tasa ng tubig sa pamamagitan ng feed tube.

m) Iproseso hanggang sa maalis ng masa ang mga gilid ng mangkok at hindi na tuyo, mga 1 minutong karagdagang. Lumiko sa isang board na may bahagyang floured at masahin ang mga currant at mga pasas sa loob ng mga 5 minuto.

n) Pahiran ng mantikilya ang isang malaking mangkok. Ilipat ang kuwarta sa mangkok, lumiliko upang lagyan ng mantikilya ang tuktok. Takpan ng plastic wrap at isang tuwalya at itabi upang tumaas sa isang mainit na lugar, hanggang ang masa ay dumoble nang maramihan, mga 1 hanggang 1-½ na oras.

o) Ilabas ang kuwarta sa isang board na may bahagyang floured. Punch down upang alisin ang mga bula ng hangin at hatiin ang kuwarta sa dalawang pantay na bahagi. Igulong ang bawat bahagi sa isang 6 x 15-pulgadang sheet. I-roll ang mga sheet sa mahabang cylinders, kurutin ang mga gilid upang mai-seal. Ilipat ang mga cylinder, pinagtahian ang gilid pababa, sa isang buttered baking sheet o dalawang ciabatta pan. Takpan ng plastic wrap at tuwalya at itabi upang tumaas hanggang halos dumoble ang kuwarta, mga 45 minuto.

p) Painitin ang oven sa 425.

q) I-brush ang mga tinapay gamit ang pinalo na itlog at hiwain ang bawat isa gamit ang isang matalim na kutsilyo ng ilang beses sa kahabaan ng dayagonal.

r) Maghurno sa loob ng 30 hanggang 40 minuto, hanggang ang mga tinapay ay maging browned.

SPICED CIABATTA

28. Honey spice kamut bread

MGA INGREDIENTS:
- ½ tasa ng maligamgam na tubig
- 2 pack Dry active yeast
- 1½ tasa ng mainit na soy milk
- 2 kutsarang langis ng Canola
- ½ tasang Honey
- 1 malaking Egg o katumbas na vegan egg substitute
- 3 tasang Kamut na harina
- 1 kutsarita ng kanela
- 1 kutsarita ng Nutmeg
- ½ kutsarita ng Asin
- 3 tasang nabaybay na harina
- Spray o mantika sa pagluluto

MGA TAGUBILIN:

a) Sa isang maliit na mangkok, paghaluin ang tubig at lebadura. Takpan at itabi ng 7 hanggang 10 minuto.

b) Sa isang medium mixing bowl, paghaluin ang soy milk, oil, honey, at egg. Itabi.

c) Sa isang malaking mangkok ng paghahalo, paghaluin ang harina ng kamur, kanela, nutmeg, at asin. Pagsamahin ang pinaghalong gatas at lebadura, at ihalo nang maigi. Dahan-dahang ihalo ang spelling na harina.

d) Ilagay ang kuwarta sa isang bahagyang natabunan ng harina, at masahin ng 4 hanggang 5 minuto, o hanggang ang kuwarta ay bahagyang nababanat.

e) Takpan ang kuwarta gamit ang isang tuwalya, at hayaang tumaas ng 1 hanggang 2 oras, o hanggang dumoble ang laki.

f) Banayad na mag-spray o magsipilyo ng malaking baking sheet na may mantika. Punch down na kuwarta at hatiin sa kalahati. Hugis ang bawat kalahati sa isang pahaba na tinapay at ilagay ang mga tinapay sa baking sheet, mga tatlong pulgada ang pagitan. Takpan ng tuwalya at hayaang tumaas ng 1 hanggang 2 oras, o hanggang dumoble ang laki.

g) Painitin muna ang oven sa 350F. Maghurno ng mga tinapay nang humigit-kumulang 45 minuto, o hanggang sa maging hungkag ang mga ito kapag tinapik. Hayaang lumamig ng 10 minuto, pagkatapos ay ilipat ang mga tinapay sa isang wire rack at palamig nang lubusan bago hiwain.

29. Raisin Cinnamon Whole Wheat Ciabatta

MGA INGREDIENTS:
- 1 1/2 tasa ng maligamgam na tubig (110°F o 45°C)
- 2 1/4 kutsarita ng aktibong dry yeast (1 pakete)
- 1/4 tasa ng asukal
- 3 1/2 tasa ng buong harina ng trigo
- 1 1/2 kutsarita ng asin
- 1/2 tasang pasas
- 2 kutsarita ng giniling na kanela
- 1 kutsarang langis ng oliba
- Cornmeal o semolina na harina (para sa pag-aalis ng alikabok)

MGA TAGUBILIN:
a) Sa isang maliit na mangkok, pagsamahin ang maligamgam na tubig, lebadura, at asukal. Hayaang umupo ito ng mga 5-10 minuto hanggang sa maging mabula ang timpla.
b) Sa isang malaking mangkok ng paghahalo, pagsamahin ang buong harina ng trigo, asin, at giniling na kanela. Gumawa ng isang balon sa gitna ng pinaghalong harina.
c) Ibuhos ang yeast mixture at olive oil sa balon sa harina.
d) Pagsamahin ang mga sangkap hanggang sa mabuo ang isang masa.
e) Masahin ang kuwarta sa ibabaw na may harina nang mga 8-10 minuto hanggang sa maging makinis at nababanat. Maaari kang magdagdag ng kaunting harina kung ang masa ay masyadong malagkit.
f) Ilagay ang kuwarta sa isang mangkok na may kaunting mantika, takpan ito ng malinis na tela o plastic wrap, at hayaan itong tumaas sa isang mainit, walang draft na lugar sa loob ng humigit-kumulang 1 oras o hanggang sa dumoble ang laki nito.
g) Painitin muna ang iyong oven sa 450°F (230°C). Maglagay ng baking stone o isang baligtad na baking sheet sa oven habang ito ay nagpapainit. Kung mayroon kang pizza stone, mahusay iyon para sa pagluluto ng ciabatta.
h) Punch down ang kuwarta at hatiin ito sa dalawang pantay na bahagi.
i) Pagulungin ang bawat bahagi sa isang mahaba, manipis na hugis ng ciabatta. Maaari mong gamitin ang iyong mga kamay upang

hubugin ang kuwarta o igulong ito sa ibabaw na nilagyan ng harina at pagkatapos ay ilipat ito sa isang baking sheet o balat ng pizza na nilagyan ng alikabok ng cornmeal o semolina na harina.

j) Iwiwisik ang mga pasas nang pantay-pantay sa ibabaw ng bawat ciabatta at dahan-dahang idiin ang mga ito sa kuwarta.

k) Takpan ang hugis na ciabatta ng malinis na tela at hayaang bumangon muli ng mga 20-30 minuto.

l) Gamit ang isang matalim na kutsilyo o isang razor blade, gumawa ng diagonal na mga hiwa sa mga tuktok ng ciabatta. Nakakatulong ito sa kanila na lumawak at bumuo ng klasikong ciabatta na hitsura.

m) Maingat na ilipat ang ciabatta sa preheated oven, direkta sa baking stone o sa mainit na baking sheet. Mag-ingat kapag binubuksan ang oven; ito ay mainit!

n) Maghurno ng humigit-kumulang 25-30 minuto, o hanggang ang ciabatta ay maging ginintuang kayumanggi at tunog guwang kapag tinapik sa ilalim.

o) Hayaang lumamig ang ciabatta sa wire rack bago hiwain at ihain.

30.Chili Flakes at Paprika Ciabatta

MGA INGREDIENTS:
- 500g malakas na puting harina ng tinapay
- 10 g asin
- 7g instant yeast
- 350ml maligamgam na tubig
- 2 kutsarang langis ng oliba
- 1 kutsarang chili flakes
- 1 kutsarang pinausukang paprika

MGA TAGUBILIN:

a) Pagsamahin ang harina, asin, at lebadura sa isang mangkok. Magdagdag ng tubig at langis ng oliba, pagkatapos ay masahin hanggang makinis.

b) Takpan at hayaang tumaas hanggang dumoble ang laki.

c) Painitin ang oven sa 220°C (425°F).

d) Punch down na kuwarta at hugis ng ciabatta loaf.

e) Ilagay sa isang baking sheet, takpan, at hayaang bumangon muli.

f) Paghaluin ang chili flakes at pinausukang paprika na may kaunting olive oil. Ikalat ang timpla sa ibabaw ng ciabatta.

g) Maghurno para sa 25-30 minuto hanggang sa ginintuang kayumanggi. Palamigin sa wire rack bago hiwain.

31. Turmeric at Cumin Ciabatta

MGA INGREDIENTS:
- 500g malakas na puting harina ng tinapay
- 10 g asin
- 7g instant yeast
- 350ml maligamgam na tubig
- 2 kutsarang langis ng oliba
- 1 kutsaritang giniling na turmerik
- 1 kutsarita ng ground cumin

MGA TAGUBILIN:

a) Paghaluin ang harina, asin, at lebadura sa isang mangkok. Magdagdag ng tubig at langis ng oliba, pagkatapos ay masahin hanggang makinis.

b) Takpan at hayaang tumaas hanggang dumoble ang laki.

c) Painitin ang oven sa 220°C (425°F).

d) Punch down na kuwarta at hugis ng ciabatta loaf.

e) Ilagay sa isang baking sheet, takpan, at hayaang bumangon muli.

f) Paghaluin ang turmeric at cumin sa isang paste na may kaunting tubig. Ikalat ang paste sa ibabaw ng ciabatta.

g) Maghurno para sa 25-30 minuto hanggang sa ginintuang kayumanggi. Hayaang lumamig bago hiwain.

CHOCOLATE CIABATTA

32.Chocolate Hazelnut Ciabatta

MGA INGREDIENTS:
- 1 batch ng basic na ciabatta dough
- 1/2 tasa ng mga hazelnut, tinadtad
- 1/2 tasa ng dark chocolate chips
- 1/4 tasa ng cocoa powder

MGA TAGUBILIN:
a) Ihanda ang pangunahing ciabatta dough ayon sa iyong paboritong recipe.
b) Pagkatapos ng unang pagtaas, suntukin ang kuwarta at masahin ang tinadtad na mga hazelnut at dark chocolate chips hanggang sa pantay na maipamahagi.
c) Hugis ang kuwarta sa isang ciabatta loaf at ilagay ito sa isang baking sheet na nilagyan ng parchment paper.
d) Takpan ang tinapay gamit ang isang malinis na tuwalya sa kusina at hayaan itong tumaas para sa isa pang 30-45 minuto.
e) Painitin muna ang iyong oven sa 400°F (200°C).
f) Bago i-bake, lagyan ng cocoa powder ang tuktok ng tinapay.
g) Maghurno ng 20-25 minuto, o hanggang ang tinapay ay maging ginintuang kayumanggi at tumutunog na guwang kapag tinapik sa ilalim.
h) Hayaang lumamig bago hiwain at ihain.

33. Chocolate Orange Ciabatta

MGA INGREDIENTS:
- 1 batch ng basic na ciabatta dough
- Sarap ng 1 orange
- 1/2 tasa ng dark chocolate chunks
- 1/4 tasa ng butil na asukal

MGA TAGUBILIN:

a) Ihanda ang pangunahing ciabatta dough ayon sa iyong paboritong recipe.

b) Pagkatapos ng unang pagtaas, punch down ang kuwarta at masahin sa orange zest, dark chocolate chunks, at granulated asukal hanggang sa pantay na ipinamahagi.

c) Hugis ang kuwarta sa isang ciabatta loaf at ilagay ito sa isang baking sheet na nilagyan ng parchment paper.

d) Takpan ang tinapay gamit ang isang malinis na tuwalya sa kusina at hayaan itong tumaas para sa isa pang 30-45 minuto.

e) Painitin muna ang iyong oven sa 400°F (200°C).

f) Maghurno ng 20-25 minuto, o hanggang ang tinapay ay maging ginintuang kayumanggi at tumutunog na guwang kapag tinapik sa ilalim.

g) Hayaang lumamig nang bahagya bago hiwain at ihain.

34. Dobleng Chocolate Ciabatta

MGA INGREDIENTS:
- 1 batch ng basic na ciabatta dough
- 1/2 tasa ng dark chocolate chips
- 1/2 tasa puting tsokolate chips
- 2 kutsarang unsweetened cocoa powder

MGA TAGUBILIN:

a) Ihanda ang pangunahing ciabatta dough ayon sa iyong paboritong recipe.

b) Pagkatapos ng unang pagtaas, suntukin ang kuwarta at masahin ang dark chocolate chips, white chocolate chips, at unsweetened cocoa powder hanggang sa pantay-pantay na ipamahagi.

c) Hugis ang kuwarta sa isang ciabatta loaf at ilagay ito sa isang baking sheet na nilagyan ng parchment paper.

d) Takpan ang tinapay gamit ang isang malinis na tuwalya sa kusina at hayaan itong tumaas para sa isa pang 30-45 minuto.

e) Painitin muna ang iyong oven sa 400°F (200°C).

f) Maghurno ng 20-25 minuto, o hanggang ang tinapay ay maging ginintuang kayumanggi at tumutunog na guwang kapag tinapik sa ilalim.

g) Hayaang lumamig bago hiwain at ihain.

35. Chocolate Cherry Almond Ciabatta

MGA INGREDIENTS:
- 1 batch ng basic na ciabatta dough
- 1/2 tasa ng dark chocolate chunks
- 1/2 tasa ng pinatuyong seresa, tinadtad
- 1/4 tasa hiniwang almendras

MGA TAGUBILIN:

a) Ihanda ang pangunahing ciabatta dough ayon sa iyong paboritong recipe.

b) Pagkatapos ng unang pagtaas, suntukin ang kuwarta at masahin ang mga tipak ng dark chocolate, pinatuyong seresa, at hiniwang mga almendras hanggang sa pantay na ipinamahagi.

c) Hugis ang kuwarta sa isang ciabatta loaf at ilagay ito sa isang baking sheet na nilagyan ng parchment paper.

d) Takpan ang tinapay gamit ang isang malinis na tuwalya sa kusina at hayaan itong tumaas para sa isa pang 30-45 minuto.

e) Painitin muna ang iyong oven sa 400°F (200°C).

f) Maghurno ng 20-25 minuto, o hanggang ang tinapay ay maging ginintuang kayumanggi at tumutunog na guwang kapag tinapik sa ilalim.

g) Hayaang lumamig bago hiwain at ihain.

36.Chocolate Peanut Butter Swirl Ciabatta

MGA INGREDIENTS:
- 1 batch ng basic na ciabatta dough
- 1/2 tasa ng dark chocolate chips
- 1/4 tasa ng creamy peanut butter

MGA TAGUBILIN:
a) Ihanda ang pangunahing ciabatta dough ayon sa iyong paboritong recipe.
b) Pagkatapos ng unang pagtaas, suntukin ang kuwarta at malumanay na tiklupin ang dark chocolate chips.
c) Hatiin ang kuwarta sa kalahati at igulong ang bawat bahagi sa isang parihaba.
d) Ikalat ang peanut butter nang pantay-pantay sa isang parihaba ng kuwarta, na nag-iiwan ng maliit na hangganan sa paligid ng mga gilid.
e) Ilagay ang isa pang parihaba ng kuwarta sa itaas at pindutin ang mga gilid upang mai-seal.
f) Maingat na igulong ang kuwarta sa isang hugis ng log.
g) Ilipat ang kuwarta sa isang baking sheet na nilagyan ng parchment paper.
h) Takpan ang tinapay gamit ang isang malinis na tuwalya sa kusina at hayaan itong tumaas para sa isa pang 30-45 minuto.
i) Painitin muna ang iyong oven sa 400°F (200°C).
j) Maghurno ng 20-25 minuto, o hanggang ang tinapay ay maging ginintuang kayumanggi at tumutunog na guwang kapag tinapik sa ilalim.
k) Hayaang lumamig bago hiwain at ihain.

37. Chocolate Coconut Ciabatta

MGA INGREDIENTS:
- 1 batch ng basic na ciabatta dough
- 1/2 tasa ng dark chocolate chips
- 1/2 tasa hinimay na niyog

MGA TAGUBILIN:
a) Ihanda ang pangunahing ciabatta dough ayon sa iyong paboritong recipe.
b) Pagkatapos ng unang pagtaas, suntukin ang kuwarta at malumanay na tiklupin ang dark chocolate chips at ginutay-gutay na niyog.
c) Hugis ang kuwarta sa isang ciabatta loaf at ilagay ito sa isang baking sheet na nilagyan ng parchment paper.
d) Takpan ang tinapay gamit ang isang malinis na tuwalya sa kusina at hayaan itong tumaas para sa isa pang 30-45 minuto.
e) Painitin muna ang iyong oven sa 400°F (200°C).
f) Maghurno ng 20-25 minuto, o hanggang ang tinapay ay maging ginintuang kayumanggi at tumutunog na guwang kapag tinapik sa ilalim.
g) Hayaang lumamig bago hiwain at ihain.

38. Chocolate Raspberry Ciabatta

MGA INGREDIENTS:
- 1 batch ng basic na ciabatta dough
- 1/2 tasa ng dark chocolate chips
- 1/2 tasa ng sariwang raspberry

MGA TAGUBILIN:
a) Ihanda ang pangunahing ciabatta dough ayon sa iyong paboritong recipe.
b) Pagkatapos ng unang pagtaas, suntukin ang kuwarta at malumanay na tiklupin ang dark chocolate chips at sariwang raspberry.
c) Hugis ang kuwarta sa isang ciabatta loaf at ilagay ito sa isang baking sheet na nilagyan ng parchment paper.
d) Takpan ang tinapay gamit ang isang malinis na tuwalya sa kusina at hayaan itong tumaas para sa isa pang 30-45 minuto.
e) Painitin muna ang iyong oven sa 400°F (200°C).
f) Maghurno ng 20-25 minuto, o hanggang ang tinapay ay maging ginintuang kayumanggi at tumutunog na guwang kapag tinapik sa ilalim.
g) Hayaang lumamig bago hiwain at ihain.

39. Chocolate Chip Whole Wheat Ciabatta

MGA INGREDIENTS:
- 1 1/2 tasa ng maligamgam na tubig (110°F o 45°C)
- 2 1/4 kutsarita ng aktibong dry yeast (1 pakete)
- 1/4 tasa ng asukal
- 3 1/2 tasa ng buong harina ng trigo
- 1 1/2 kutsarita ng asin
- 1/4 tasa ng unsweetened cocoa powder
- 1/2 tasa ng chocolate chips (semi-sweet o dark)
- 1/4 tasa ng langis ng gulay
- 1 kutsarita vanilla extract
- Cornmeal o semolina na harina (para sa pag-aalis ng alikabok)

MGA TAGUBILIN:
a) Sa isang maliit na mangkok, pagsamahin ang maligamgam na tubig, lebadura, at asukal. Hayaang umupo ito ng mga 5-10 minuto hanggang sa maging mabula ang timpla.
b) Sa isang malaking mangkok ng paghahalo, pagsamahin ang buong harina ng trigo, cocoa powder, at asin.
c) Gumawa ng isang balon sa gitna ng pinaghalong harina.
d) Ibuhos ang yeast mixture, vegetable oil, at vanilla extract sa balon sa harina.
e) Pagsamahin ang mga sangkap hanggang sa mabuo ang isang masa.
f) Masahin ang kuwarta sa ibabaw na may harina nang mga 8-10 minuto hanggang sa maging makinis at nababanat. Maaari kang magdagdag ng kaunting harina kung ang masa ay masyadong malagkit.
g) Ilagay ang kuwarta sa isang mangkok na may kaunting mantika, takpan ito ng malinis na tela o plastic wrap, at hayaan itong tumaas sa isang mainit, walang draft na lugar sa loob ng humigit-kumulang 1 oras o hanggang sa dumoble ang laki nito.
h) Painitin muna ang iyong oven sa 375°F (190°C). Maglagay ng baking sheet sa oven habang umiinit ito.
i) Punch down ang kuwarta at idagdag ang chocolate chips. Masahin ang kuwarta upang pantay-pantay na ipamahagi ang mga chocolate chips.

j) Pagulungin ang kuwarta sa isang mahaba, manipis na hugis ng ciabatta. Maaari mong gamitin ang iyong mga kamay upang hubugin ang kuwarta o igulong ito sa ibabaw ng harina.
k) Alikabok ang mainit na baking sheet ng cornmeal o semolina flour, at pagkatapos ay ilipat ang ciabatta sa sheet.
l) Gamit ang isang matalim na kutsilyo o isang razor blade, gumawa ng ilang mababaw na hiwa sa tuktok ng ciabatta para sa dekorasyon.
m) Maghurno ng humigit-kumulang 25-30 minuto, o hanggang sa maging matatag ang ciabatta at parang hungkag kapag tinapik sa ilalim.
n) Hayaang lumamig ang ciabatta sa wire rack bago hiwain at ihain.
o) Tangkilikin ang iyong kakaiba at matamis na Chocolate Chip Whole Wheat Ciabatta! Ito ay isang kasiya-siyang kumbinasyon ng tinapay at tsokolate, perpekto para sa mga may matamis na ngipin.

CAFFEINATED CIABATTA

40. Espresso Ciabatta

MGA INGREDIENTS:
- 1 batch ng basic na ciabatta dough
- 2 kutsarang pinong giniling na espresso o matapang na kape
- 1/4 cup dark chocolate chunks (opsyonal, para sa dagdag na lasa)

MGA TAGUBILIN:
a) Ihanda ang pangunahing ciabatta dough ayon sa iyong paboritong recipe.
b) Pagkatapos ng unang pagtaas, suntukin ang kuwarta at masahin ang pinong giniling na espresso o matapang na kape hanggang sa pantay-pantay na ipamahagi.
c) Kung ninanais, masahin ang dark chocolate chunks para sa dagdag na lasa.
d) Hugis ang kuwarta sa isang ciabatta loaf at ilagay ito sa isang baking sheet na nilagyan ng parchment paper.
e) Takpan ang tinapay gamit ang isang malinis na tuwalya sa kusina at hayaan itong tumaas para sa isa pang 30-45 minuto.
f) Painitin muna ang iyong oven sa 400°F (200°C).
g) Maghurno ng 20-25 minuto, o hanggang ang tinapay ay maging ginintuang kayumanggi at tumutunog na guwang kapag tinapik sa ilalim.
h) Hayaang lumamig bago hiwain at ihain.

41. Matcha Green Tea Ciabatta

MGA INGREDIENTS:
- 1 batch ng basic na ciabatta dough
- 2 kutsarang matcha green tea powder

MGA TAGUBILIN:

a) Ihanda ang pangunahing ciabatta dough ayon sa iyong paboritong recipe.

b) Pagkatapos ng unang pagtaas, punch down ang kuwarta at masahin sa matcha green tea powder hanggang sa pantay na ipinamahagi.

c) Hugis ang kuwarta sa isang ciabatta loaf at ilagay ito sa isang baking sheet na nilagyan ng parchment paper.

d) Takpan ang tinapay gamit ang isang malinis na tuwalya sa kusina at hayaan itong tumaas para sa isa pang 30-45 minuto.

e) Painitin muna ang iyong oven sa 400°F (200°C).

f) Maghurno ng 20-25 minuto, o hanggang ang tinapay ay maging ginintuang kayumanggi at tumutunog na guwang kapag tinapik sa ilalim.

g) Hayaang lumamig bago hiwain at ihain.

42. Chai Spiced Ciabatta

MGA INGREDIENTS:
- 1 batch ng basic na ciabatta dough
- 2 kutsarita ng chai spice mix (cinnamon, cardamom, cloves, luya, nutmeg)

MGA TAGUBILIN:

a) Ihanda ang pangunahing ciabatta dough ayon sa iyong paboritong recipe.

b) Pagkatapos ng unang pagtaas, punch down ang kuwarta at masahin sa chai spice mix hanggang sa pantay na ipinamahagi.

c) Hugis ang kuwarta sa isang ciabatta loaf at ilagay ito sa isang baking sheet na nilagyan ng parchment paper.

d) Takpan ang tinapay gamit ang isang malinis na tuwalya sa kusina at hayaan itong tumaas para sa isa pang 30-45 minuto.

e) Painitin muna ang iyong oven sa 400°F (200°C).

f) Maghurno ng 20-25 minuto, o hanggang ang tinapay ay maging ginintuang kayumanggi at tumutunog na guwang kapag tinapik sa ilalim.

g) Hayaang lumamig bago hiwain at ihain.

43. Mocha Chip Ciabatta

MGA INGREDIENTS:
- 1 batch ng basic na ciabatta dough
- 2 kutsarang instant coffee powder
- 1/2 tasa ng chocolate chips

MGA TAGUBILIN:
a) Ihanda ang pangunahing ciabatta dough ayon sa iyong paboritong recipe.
b) Pagkatapos ng unang pagtaas, punch down ang kuwarta at masahin sa instant coffee powder hanggang sa pantay na ipinamahagi.
c) Masahin ang chocolate chips hanggang sa pantay-pantay.
d) Hugis ang kuwarta sa isang ciabatta loaf at ilagay ito sa isang baking sheet na nilagyan ng parchment paper.
e) Takpan ang tinapay gamit ang isang malinis na tuwalya sa kusina at hayaan itong tumaas para sa isa pang 30-45 minuto.
f) Painitin muna ang iyong oven sa 400°F (200°C).
g) Maghurno ng 20-25 minuto, o hanggang ang tinapay ay maging ginintuang kayumanggi at tumutunog na guwang kapag tinapik sa ilalim.
h) Hayaang lumamig bago hiwain at ihain.

VEGGIE CIABATTA

44. Black Olive Ciabatta

MGA INGREDIENTS:
PARA SA STARTER (BIGA)
- 1 tsp. mabilis na pagkilos na tuyo na lebadura
- 100 g malakas na puting harina

PARA SA DOUGH
- 400 g malakas na puting harina ng tinapay, kasama ang dagdag sa alikabok
- 1 1/4 tsp. mabilis na pagkilos na tuyo na lebadura
- 1 tbsp. extra virgin olive oil
- 150 g black pitted olives, tinadtad, ginamit namin ang kalamata, tingnan ang GH Tip

MGA TAGUBILIN:
a) Sa gabi bago mo gustong maghurno ng iyong ciabatta, gawin ang starter. Paghaluin ang yeast at 80ml na maligamgam na tubig sa mangkok ng isang freestanding mixer. Mag-iwan ng 5 minuto, hanggang mabula. Haluin ang harina upang makagawa ng malambot na masa. Takpan ng malinis na tea towel o cling film at iwanan upang magpahinga sa isang mainit na lugar nang hindi bababa sa 4 na oras, perpektong magdamag.

b) Upang gawin ang kuwarta, magdagdag ng natitirang harina sa mangkok, kasama ang labis na lebadura, langis at 300ml na maligamgam na tubig. Paghaluin gamit ang dough hook sa mababang bilis ng 5min, para makagawa ng malambot, basang kuwarta. Magdagdag ng 1 kutsarita ng pinong asin at ang mga olibo, ihalo ng 5min pa, hanggang sa makinis at elastic.

c) Takpan ng malinis na tea towel o cling film at hayaang tumaas muli sa loob ng 1 oras, o hanggang dumoble ang laki.

d) Kapag handa na ang iyong tumaas na kuwarta, basain ang iyong mga kamay, pagkatapos ay kunin ang isang gilid ng kuwarta sa mangkok, iunat ito at tiklupin ito sa ibabaw mismo. Lumiko ang mangkok ng 90 degrees at ulitin ng 7 ulit. Takpan muli at iwanan upang magpahinga at bumangon ng 45min, pagkatapos ay ulitin ang 8 pag-unat at pagtiklop muli, na sinusundan ng 45min na pahinga at pagtaas.

e) Linya ang isang malaking baking sheet na may baking parchment. Dahan-dahang i-dust ang parchment ng harina upang hindi dumikit ang kuwarta at mahirap hawakan. Dahan-dahang idikit ang kuwarta sa pergamino. Alikabok ng harina ang tuktok ng kuwarta.

f) Hatiin ang kuwarta sa 3 magaspang na parihaba gamit ang dough scraper, mahabang palette knife o maging ang gilid ng baking sheet - paghiwalayin ang mga tinapay sa abot ng iyong makakaya. Takpan ng malinis na tea towel at hayaang bumangon muli sa loob ng 30min.

g) Painitin muna ang oven sa 220°C (200°C fan) gas mark 7. Punuin ng tubig ang isang maliit na baking tray at ilagay sa ibabang istante ng oven upang lumikha ng singaw.

h) I-bake ang ciabatta sa baking sheet sa loob ng 30min, o hanggang sa ginintuang kayumanggi at tumutunog na guwang kapag tinapik ang base.

i) Palamig nang lubusan sa wire rack bago ihain.

45.Veggie ciabatta

MGA INGREDIENTS:
- 1 dilaw na kalabasa 6-8 pulgada
- 1 zucchini 6-8 pulgada
- 1 pulang kampanilya paminta
- 2 hiwa Lilang sibuyas, ¼ pulgada ang kapal
- 2 kutsarita ng langis ng oliba, o spray ng langis ng oliba (hanggang 3)
- 1 sariwang ciabatta, 12 pulgada ang laki o kalahati ng isang buong laki
- 2 kutsarang Part-skim mozzarella
- Basil, sariwa o tuyo, opsyonal

MGA TAGUBILIN:
a) Hiwain ang parehong mga kalabasa nang pahaba, mga ¼ pulgada ang kapal. Gupitin ang paminta sa kalahati, at alisin ang mga buto. Sa isang malaking cookie sheet, maglagay ng mga hiwa ng kalabasa at sibuyas, at ilagay ang balat ng paminta sa gilid. Banlawan ng olive oil ang lahat maliban sa peppers o gumamit ng olive oil spray, at ilagay sa ilalim ng broiler.
b) Mag-iwan ng mga gulay hanggang sa paminta ay mag-char-alis ng mga sili at ilagay sa paper bag, o mabigat na plastic bag at isara ang bag sa steam peppers.
c) Baligtarin ang natitirang mga gulay, i-spray o i-brush kung gusto mo, at mag-ihaw ng isa pang 2 minuto o higit pa, hanggang malambot ang mga gulay, ngunit hindi maluto nang hindi makilala.
d) Samantala, gupitin ang ciabatta sa kalahati, at hatiin ang bawat kalahati nang pahaba.
e) Sa ilalim na kalahati, ilagay ang isang tb cheese. Sa itaas na kalahati, pahid ng isang kutsarita ng mayo at budburan ng basil kung gusto. Kapag ang mga sili ay nasingaw ng 5 minuto, alisin sa bag, at alisin ang balat. Gupitin ang kalahati ng isa pang beses upang makagawa ng quarters.
f) Ilagay ang mga gulay sa bawat sandwich sa ibabaw ng keso.

46. Buong Trigo na Pinatuyong Kamatis na Ciabatta

MGA INGREDIENTS:
- 1 1/2 tasa ng maligamgam na tubig (110°F o 45°C)
- 2 1/4 kutsarita ng aktibong dry yeast (1 pakete)
- 1 kutsarita ng asukal
- 3 1/2 tasa ng buong harina ng trigo
- 1 1/2 kutsarita ng asin
- 1 kutsarang langis ng oliba
- 1/2 tasa ng sun-dried tomatoes, pinong tinadtad
- 1/4 tasa sariwang dahon ng basil, tinadtad
- Cornmeal o semolina na harina (para sa pag-aalis ng alikabok)

MGA TAGUBILIN:
a) Sa isang maliit na mangkok, pagsamahin ang maligamgam na tubig, lebadura, at asukal. Hayaang umupo ito ng mga 5-10 minuto hanggang sa maging mabula ang timpla.
b) Sa isang malaking mangkok ng paghahalo, pagsamahin ang buong harina ng trigo at asin. Gumawa ng isang balon sa gitna ng pinaghalong harina.
c) Ibuhos ang yeast mixture at olive oil sa balon sa harina.
d) Pagsamahin ang mga sangkap hanggang sa mabuo ang isang masa.
e) Masahin ang kuwarta sa ibabaw na may harina nang mga 8-10 minuto hanggang sa maging makinis at nababanat. Maaari kang magdagdag ng kaunting harina kung ang masa ay masyadong malagkit.
f) Ilagay ang kuwarta sa isang mangkok na may kaunting mantika, takpan ito ng malinis na tela o plastic wrap, at hayaan itong tumaas sa isang mainit, walang draft na lugar sa loob ng humigit-kumulang 1 oras o hanggang sa dumoble ang laki nito.
g) Painitin muna ang iyong oven sa 450°F (230°C). Maglagay ng baking stone o isang baligtad na baking sheet sa oven habang ito ay nagpapainit. Kung mayroon kang pizza stone, mahusay iyon para sa pagluluto ng ciabatta.
h) Punch down ang kuwarta at hatiin ito sa dalawang pantay na bahagi.
i) Pagulungin ang bawat bahagi sa isang mahaba, manipis na hugis ng ciabatta. Maaari mong gamitin ang iyong mga kamay upang

hubugin ang kuwarta o igulong ito sa ibabaw na nilagyan ng harina at pagkatapos ay ilipat ito sa isang baking sheet o balat ng pizza na nilagyan ng alikabok ng cornmeal o semolina na harina.

j) Iwiwisik nang pantay-pantay ang tinadtad na tinadtad na pinatuyong araw na mga kamatis at sariwang dahon ng basil sa ibabaw ng bawat ciabatta at dahan-dahang idiin ang mga ito sa masa.

k) Takpan ang hugis na ciabatta ng malinis na tela at hayaang bumangon muli ng mga 20-30 minuto.

l) Gamit ang isang matalim na kutsilyo o isang razor blade, gumawa ng diagonal na mga hiwa sa mga tuktok ng ciabatta. Nakakatulong ito sa kanila na lumawak at bumuo ng klasikong ciabatta na hitsura.

m) Maingat na ilipat ang ciabatta sa preheated oven, direkta sa baking stone o sa mainit na baking sheet. Mag-ingat kapag binubuksan ang oven; ito ay mainit!

n) Maghurno ng humigit-kumulang 25-30 minuto, o hanggang ang ciabatta ay maging ginintuang kayumanggi at tunog guwang kapag tinapik sa ilalim.

o) Hayaang lumamig ang ciabatta sa wire rack bago hiwain at ihain.

p) I-enjoy ang iyong homemade Sun-Dried Tomato at Basil Whole Wheat Ciabatta na may masasarap na lasa ng sun-dried tomatoes at sariwang basil!

47.Olive at Herb Whole Wheat Ciabatta

MGA INGREDIENTS:
- 1 1/2 tasa ng maligamgam na tubig (110°F o 45°C)
- 2 1/4 kutsarita ng aktibong dry yeast (1 pakete)
- 1 kutsarita ng asukal
- 3 1/2 tasa ng buong harina ng trigo
- 1 1/2 kutsarita ng asin
- 1 kutsarang langis ng oliba
- 1/2 tasa pitted berde o itim na olibo, tinadtad
- 2 kutsarang sariwang damo (tulad ng rosemary, thyme, o oregano), tinadtad
- Cornmeal o semolina na harina (para sa pag-aalis ng alikabok)

MGA TAGUBILIN:

a) Sa isang maliit na mangkok, pagsamahin ang maligamgam na tubig, lebadura, at asukal. Hayaang umupo ito ng mga 5-10 minuto hanggang sa maging mabula ang timpla.

b) Sa isang malaking mangkok ng paghahalo, pagsamahin ang buong harina ng trigo at asin. Gumawa ng isang balon sa gitna ng pinaghalong harina.

c) Ibuhos ang yeast mixture at olive oil sa balon sa harina.

d) Pagsamahin ang mga sangkap hanggang sa mabuo ang isang masa.

e) Masahin ang kuwarta sa ibabaw na may harina nang mga 8-10 minuto hanggang sa maging makinis at nababanat. Maaari kang magdagdag ng kaunting harina kung ang masa ay masyadong malagkit.

f) Ilagay ang kuwarta sa isang mangkok na may kaunting mantika, takpan ito ng malinis na tela o plastic wrap, at hayaan itong tumaas sa isang mainit, walang draft na lugar sa loob ng humigit-kumulang 1 oras o hanggang sa dumoble ang laki nito.

g) Painitin muna ang iyong oven sa 450°F (230°C). Maglagay ng baking stone o isang baligtad na baking sheet sa oven habang ito ay nagpapainit. Kung mayroon kang pizza stone, mahusay iyon para sa pagluluto ng ciabatta.

h) Punch down ang kuwarta at hatiin ito sa dalawang pantay na bahagi.

i) Pagulungin ang bawat bahagi sa isang mahaba, manipis na hugis ng ciabatta. Maaari mong gamitin ang iyong mga kamay upang hubugin ang kuwarta o igulong ito sa ibabaw na nilagyan ng harina at pagkatapos ay ilipat ito sa isang baking sheet o balat ng pizza na nilagyan ng alikabok ng cornmeal o semolina na harina.
j) Iwiwisik ang mga tinadtad na olibo at sariwang damo nang pantay-pantay sa ibabaw ng bawat ciabatta at dahan-dahang idiin ang mga ito sa kuwarta.
k) Takpan ang hugis na ciabatta ng malinis na tela at hayaang bumangon muli ng mga 20-30 minuto.
l) Gamit ang isang matalim na kutsilyo o isang razor blade, gumawa ng diagonal na mga hiwa sa mga tuktok ng ciabatta. Nakakatulong ito sa kanila na lumawak at bumuo ng klasikong ciabatta na hitsura.
m) Maingat na ilipat ang ciabatta sa preheated oven, direkta sa baking stone o sa mainit na baking sheet. Mag-ingat kapag binubuksan ang oven; ito ay mainit!
n) Maghurno ng humigit-kumulang 25-30 minuto, o hanggang ang ciabatta ay maging ginintuang kayumanggi at tunog guwang kapag tinapik sa ilalim.
o) Hayaang lumamig ang ciabatta sa wire rack bago hiwain at ihain.
p) Tangkilikin ang iyong lutong bahay na Olive and Herb Whole Wheat Ciabatta na may magagandang lasa ng mga olibo at sariwang damo!

48. Jalapeño Whole Wheat Ciabatta

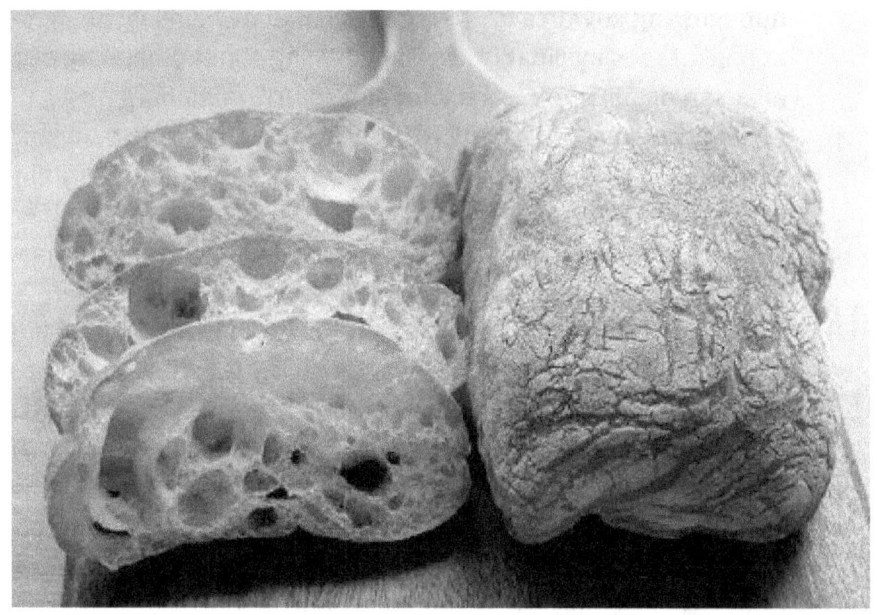

MGA INGREDIENTS:
- 1 1/2 tasa ng maligamgam na tubig (110°F o 45°C)
- 2 1/4 kutsarita ng aktibong dry yeast (1 pakete)
- 1 kutsarita ng asukal
- 3 1/2 tasa ng buong harina ng trigo
- 1 1/2 kutsarita ng asin
- 2 jalapeño peppers, seeded at pinong tinadtad
- 1 kutsarang langis ng oliba
- Cornmeal o semolina na harina (para sa pag-aalis ng alikabok)

MGA TAGUBILIN:
a) Sa isang maliit na mangkok, pagsamahin ang maligamgam na tubig, lebadura, at asukal. Hayaang umupo ito ng mga 5-10 minuto hanggang sa maging mabula ang timpla.
b) Sa isang malaking mangkok ng paghahalo, pagsamahin ang buong harina ng trigo at asin. Gumawa ng isang balon sa gitna ng pinaghalong harina.
c) Ibuhos ang yeast mixture at olive oil sa balon sa harina.
d) Pagsamahin ang mga sangkap hanggang sa mabuo ang isang masa.
e) Masahin ang kuwarta sa ibabaw na may harina nang mga 8-10 minuto hanggang sa maging makinis at nababanat. Maaari kang magdagdag ng kaunting harina kung ang masa ay masyadong malagkit.
f) Ilagay ang kuwarta sa isang mangkok na may kaunting mantika, takpan ito ng malinis na tela o plastic wrap, at hayaan itong tumaas sa isang mainit, walang draft na lugar sa loob ng humigit-kumulang 1 oras o hanggang sa dumoble ang laki nito.
g) Painitin muna ang iyong oven sa 450°F (230°C). Maglagay ng baking stone o isang baligtad na baking sheet sa oven habang ito ay nagpapainit. Kung mayroon kang pizza stone, mahusay iyon para sa pagluluto ng ciabatta.
h) Punch down ang kuwarta at hatiin ito sa dalawang pantay na bahagi.
i) Pagulungin ang bawat bahagi sa isang mahaba, manipis na hugis ng ciabatta. Maaari mong gamitin ang iyong mga kamay upang hubugin ang kuwarta o igulong ito sa ibabaw na nilagyan ng harina

at pagkatapos ay ilipat ito sa isang baking sheet o balat ng pizza na nilagyan ng alikabok ng cornmeal o semolina na harina.

j) Iwiwisik ang pinong tinadtad na jalapeño peppers nang pantay-pantay sa ibabaw ng bawat ciabatta at dahan-dahang idiin ang mga ito sa kuwarta.

k) Takpan ang hugis na ciabatta ng malinis na tela at hayaang bumangon muli ng mga 20-30 minuto.

l) Gamit ang isang matalim na kutsilyo o isang razor blade, gumawa ng diagonal na mga hiwa sa mga tuktok ng ciabatta. Nakakatulong ito sa kanila na lumawak at bumuo ng klasikong ciabatta na hitsura.

m) Maingat na ilipat ang ciabatta sa preheated oven, direkta sa baking stone o sa mainit na baking sheet. Mag-ingat kapag binubuksan ang oven; ito ay mainit!

n) Maghurno ng humigit-kumulang 25-30 minuto, o hanggang ang ciabatta ay maging ginintuang kayumanggi at tunog guwang kapag tinapik sa ilalim.

o) Hayaang lumamig ang ciabatta sa wire rack bago hiwain at ihain.

p) I-enjoy ang iyong homemade Jalapeño Whole Wheat Ciabatta, na may kick ng maanghang na lasa!

49.Cheddar at Chive Whole Wheat Ciabatta

MGA INGREDIENTS:
- 1 1/2 tasa ng maligamgam na tubig (110°F o 45°C)
- 2 1/4 kutsarita ng aktibong dry yeast (1 pakete)
- 1 kutsarita ng asukal
- 3 1/2 tasa ng buong harina ng trigo
- 1 1/2 kutsarita ng asin
- 1 kutsarang langis ng oliba
- 1 tasang matalim na cheddar cheese, gadgad
- 1/4 tasa sariwang chives, tinadtad
- Cornmeal o semolina na harina (para sa pag-aalis ng alikabok)

MGA TAGUBILIN:
a) Sa isang maliit na mangkok, pagsamahin ang maligamgam na tubig, lebadura, at asukal. Hayaang umupo ito ng mga 5-10 minuto hanggang sa maging mabula ang timpla.
b) Sa isang malaking mangkok ng paghahalo, pagsamahin ang buong harina ng trigo at asin. Gumawa ng isang balon sa gitna ng pinaghalong harina.
c) Ibuhos ang yeast mixture at olive oil sa balon sa harina.
d) Pagsamahin ang mga sangkap hanggang sa mabuo ang isang masa.
e) Masahin ang kuwarta sa ibabaw na may harina nang mga 8-10 minuto hanggang sa maging makinis at nababanat. Maaari kang magdagdag ng kaunting harina kung ang masa ay masyadong malagkit.
f) Ilagay ang kuwarta sa isang mangkok na may kaunting mantika, takpan ito ng malinis na tela o plastic wrap, at hayaan itong tumaas sa isang mainit, walang draft na lugar sa loob ng humigit-kumulang 1 oras o hanggang sa dumoble ang laki nito.
g) Painitin muna ang iyong oven sa 450°F (230°C). Maglagay ng baking stone o isang baligtad na baking sheet sa oven habang ito ay nagpapainit. Kung mayroon kang pizza stone, mahusay iyon para sa pagluluto ng ciabatta.
h) Punch down ang kuwarta at hatiin ito sa dalawang pantay na bahagi.
i) Pagulungin ang bawat bahagi sa isang mahaba, manipis na hugis ng ciabatta. Maaari mong gamitin ang iyong mga kamay upang

hubugin ang kuwarta o igulong ito sa ibabaw na nilagyan ng harina at pagkatapos ay ilipat ito sa isang baking sheet o balat ng pizza na nilagyan ng alikabok ng cornmeal o semolina na harina.

j) Iwiwisik ang gadgad na cheddar cheese at tinadtad na chives nang pantay-pantay sa ibabaw ng bawat ciabatta at dahan-dahang idiin ang mga ito sa kuwarta.

k) Takpan ang hugis na ciabatta ng malinis na tela at hayaang bumangon muli ng mga 20-30 minuto.

l) Gamit ang isang matalim na kutsilyo o isang razor blade, gumawa ng diagonal na mga hiwa sa mga tuktok ng ciabatta. Nakakatulong ito sa kanila na lumawak at bumuo ng klasikong ciabatta na hitsura.

m) Maingat na ilipat ang ciabatta sa preheated oven, direkta sa baking stone o sa mainit na baking sheet. Mag-ingat kapag binubuksan ang oven; ito ay mainit!

n) Maghurno ng humigit-kumulang 25-30 minuto, o hanggang ang ciabatta ay maging ginintuang kayumanggi at tunog guwang kapag tinapik sa ilalim.

o) Hayaang lumamig ang ciabatta sa wire rack bago hiwain at ihain.

p) I-enjoy ang iyong homemade Cheddar at Chive Whole Wheat Ciabatta na may masarap na sarap ng cheddar cheese at sariwang chives!

50.Pesto at Mozzarella Whole Wheat Ciabatta

MGA INGREDIENTS:
- 1 1/2 tasa ng maligamgam na tubig (110°F o 45°C)
- 2 1/4 kutsarita ng aktibong dry yeast (1 pakete)
- 1 kutsarita ng asukal
- 3 1/2 tasa ng buong harina ng trigo
- 1 1/2 kutsarita ng asin
- 1/4 tasa ng pesto sauce
- 1 tasang mozzarella cheese, ginutay-gutay
- Cornmeal o semolina na harina (para sa pag-aalis ng alikabok)

MGA TAGUBILIN:
a) Sa isang maliit na mangkok, pagsamahin ang maligamgam na tubig, lebadura, at asukal. Hayaang umupo ito ng mga 5-10 minuto hanggang sa maging mabula ang timpla.
b) Sa isang malaking mangkok ng paghahalo, pagsamahin ang buong harina ng trigo at asin. Gumawa ng isang balon sa gitna ng pinaghalong harina.
c) Ibuhos ang halo ng lebadura sa balon sa harina.
d) Pagsamahin ang mga sangkap hanggang sa mabuo ang isang masa.
e) Masahin ang kuwarta sa ibabaw na may harina nang mga 8-10 minuto hanggang sa maging makinis at nababanat. Maaari kang magdagdag ng kaunting harina kung ang masa ay masyadong malagkit.
f) Ilagay ang kuwarta sa isang mangkok na may kaunting mantika, takpan ito ng malinis na tela o plastic wrap, at hayaan itong tumaas sa isang mainit, walang draft na lugar sa loob ng humigit-kumulang 1 oras o hanggang sa dumoble ang laki nito.
g) Painitin muna ang iyong oven sa 450°F (230°C). Maglagay ng baking stone o isang baligtad na baking sheet sa oven habang ito ay nagpapainit. Kung mayroon kang pizza stone, mahusay iyon para sa pagluluto ng ciabatta.
h) Punch down ang kuwarta at hatiin ito sa dalawang pantay na bahagi.
i) Pagulungin ang bawat bahagi sa isang mahaba, manipis na hugis ng ciabatta. Maaari mong gamitin ang iyong mga kamay upang hubugin ang kuwarta o igulong ito sa ibabaw na nilagyan ng harina

at pagkatapos ay ilipat ito sa isang baking sheet o balat ng pizza na nilagyan ng alikabok ng cornmeal o semolina na harina.

j) Ikalat ang pesto sauce nang pantay-pantay sa ibabaw ng bawat ciabatta.

k) Budburan ang ginutay-gutay na mozzarella cheese sa ibabaw ng pesto.

l) Takpan ang hugis na ciabatta ng malinis na tela at hayaang bumangon muli ng mga 20-30 minuto.

m) Gamit ang isang matalim na kutsilyo o isang razor blade, gumawa ng diagonal na mga hiwa sa mga tuktok ng ciabatta. Nakakatulong ito sa kanila na lumawak at bumuo ng klasikong ciabatta na hitsura.

n) Maingat na ilipat ang ciabatta sa preheated oven, direkta sa baking stone o sa mainit na baking sheet. Mag-ingat kapag binubuksan ang oven; ito ay mainit!

o) Maghurno ng humigit-kumulang 25-30 minuto, o hanggang ang ciabatta ay maging ginintuang kayumanggi at tunog guwang kapag tinapik sa ilalim.

p) Hayaang lumamig ang ciabatta sa wire rack bago hiwain at ihain.

q) I-enjoy ang iyong lutong bahay na Pesto at Mozzarella Whole Wheat Ciabatta, na may magagandang lasa ng pesto at malapot na mozzarella cheese!

CIABATTA SANDWICHES

51. Caprese Ciabatta Sandwich

MGA INGREDIENTS:
- 1 ciabatta loaf, hiniwa sa kalahati ang haba
- 2 malalaking kamatis, hiniwa
- 1 bola sariwang mozzarella cheese, hiniwa
- Mga sariwang dahon ng basil
- Balsamic glaze
- Langis ng oliba
- Asin at paminta para lumasa

MGA TAGUBILIN:

a) I-brush ang loob ng bawat kalahati ng ciabatta loaf na may langis ng oliba.

b) Ilagay ang hiniwang kamatis, mozzarella cheese, at sariwang dahon ng basil sa ilalim na kalahati ng ciabatta loaf.

c) Ibuhos ang balsamic glaze sa ibabaw ng laman at timplahan ng asin at paminta.

d) Ilagay ang tuktok na kalahati ng ciabatta loaf sa ibabaw ng pagpuno upang lumikha ng sandwich.

e) Gupitin ang sandwich sa mga indibidwal na servings at ihain.

52.Inihaw na Chicken Pesto Ciabatta Sandwich

MGA INGREDIENTS:
- 1 ciabatta loaf, hiniwa sa kalahati ang haba
- 2 inihaw na dibdib ng manok, hiniwa
- 4 na kutsarang pesto sauce
- 1 tasang dahon ng baby spinach
- 1 kamatis, hiniwa
- 4 na hiwa ng provolone cheese

MGA TAGUBILIN:

a) Ikalat ang pesto sauce sa ilalim na kalahati ng ciabatta loaf.

b) Ilagay ang mga hiwa ng inihaw na manok, dahon ng baby spinach, hiwa ng kamatis, at provolone cheese sa ibabaw ng pesto.

c) Ilagay ang tuktok na kalahati ng ciabatta loaf sa ibabaw ng pagpuno upang lumikha ng sandwich.

d) I-ihaw ang sandwich sa panini press o grill pan hanggang matunaw ang keso at malutong ang tinapay.

e) Gupitin ang sandwich sa mga indibidwal na servings at ihain nang mainit.

53. Italian Ciabatta Sandwich

MGA INGREDIENTS:
- 1 ciabatta loaf, hiniwa sa kalahati ang haba
- 4 na hiwa ng prosciutto
- 4 na hiwa ng salami
- 4 na hiwa mortadella
- 4 na hiwa ng provolone cheese
- 1/2 tasa ng inihaw na pulang paminta, hiniwa
- 1/4 tasa hiniwang itim na olibo
- 1/4 tasa hiniwang pepperoncini
- Langis ng oliba
- Asin at paminta para lumasa

MGA TAGUBILIN:

a) I-brush ang loob ng bawat kalahati ng ciabatta loaf na may langis ng oliba.

b) Ilagay ang prosciutto, salami, mortadella, provolone cheese, roasted red peppers, black olives, at pepperoncini sa ilalim na kalahati ng ciabatta loaf.

c) Timplahan ng asin at paminta.

d) Ilagay ang tuktok na kalahati ng ciabatta loaf sa ibabaw ng pagpuno upang lumikha ng sandwich.

e) Gupitin ang sandwich sa mga indibidwal na servings at ihain.

54. Mediterranean Veggie Ciabatta Sandwich

MGA INGREDIENTS:
- 1 ciabatta loaf, hiniwa sa kalahati ang haba
- 1/2 tasa ng hummus
- 1 tasa ng halo-halong gulay
- 1/2 tasa hiniwang pipino
- 1/2 tasang hiniwang kamatis
- 1/4 tasa hiniwang pulang sibuyas
- 1/4 tasa crumbled feta cheese
- Kalamata olives, para sa dekorasyon
- Langis ng oliba
- Asin at paminta para lumasa

MGA TAGUBILIN:

a) Ikalat ang hummus sa ilalim na kalahati ng ciabatta loaf.

b) Ilagay ang pinaghalong gulay, hiniwang pipino, hiniwang kamatis, hiniwang pulang sibuyas, at durog na feta cheese sa ibabaw ng hummus.

c) Ibuhos ang langis ng oliba sa ibabaw ng pagpuno at timplahan ng asin at paminta.

d) Ilagay ang tuktok na kalahati ng ciabatta loaf sa ibabaw ng pagpuno upang lumikha ng sandwich.

e) Gupitin ang sandwich sa mga indibidwal na servings at palamutihan ng Kalamata olives bago ihain.

55.Turkey Cranberry Ciabatta Sandwich

MGA INGREDIENTS:
- 1 ciabatta loaf, hiniwa sa kalahati ang haba
- Hiniwang dibdib ng pabo
- Sarsang cranberry
- Baby spinach dahon
- Hiniwang brie cheese
- Dijon mustasa

MGA TAGUBILIN:

a) Ikalat ang Dijon mustard sa ilalim na kalahati ng ciabatta loaf.

b) Ilagay ang hiniwang dibdib ng pabo, cranberry sauce, dahon ng baby spinach, at hiniwang brie cheese sa ibabaw ng mustasa.

c) Ilagay ang tuktok na kalahati ng ciabatta loaf sa ibabaw ng pagpuno upang lumikha ng sandwich.

d) Gupitin ang sandwich sa mga indibidwal na servings at ihain.

56. Talong Parmesan Ciabatta Sandwich

MGA INGREDIENTS:
- 1 ciabatta loaf, hiniwa sa kalahati ang haba
- Tinapay at piniritong hiwa ng talong
- Marinara sauce
- Hiniwang mozzarella cheese
- Mga sariwang dahon ng basil

MGA TAGUBILIN:

a) Ikalat ang marinara sauce sa ilalim na kalahati ng ciabatta loaf.

b) Ilagay ang mga hiwa ng breaded at pritong talong, hiniwang mozzarella cheese, at sariwang dahon ng basil sa ibabaw ng sauce.

c) Ilagay ang tuktok na kalahati ng ciabatta loaf sa ibabaw ng pagpuno upang lumikha ng sandwich.

d) Gupitin ang sandwich sa mga indibidwal na servings at ihain.

57. Roast Beef at Horseradish Ciabatta Sandwich

MGA INGREDIENTS:
- 1 ciabatta loaf, hiniwa sa kalahati ang haba
- Hiniwang inihaw na karne ng baka
- sarsa ng malunggay
- Arugula
- Hiniwang pulang sibuyas
- Mga hiwa ng Swiss cheese

MGA TAGUBILIN:
a) Ikalat ang malunggay na sauce sa ilalim na kalahati ng ciabatta loaf.
b) Ilagay ang manipis na hiniwang roast beef, arugula, hiniwang pulang sibuyas, at Swiss cheese slice sa ibabaw ng sauce.
c) Ilagay ang tuktok na kalahati ng ciabatta loaf sa ibabaw ng pagpuno upang lumikha ng sandwich.
d) Gupitin ang sandwich sa mga indibidwal na servings at ihain.

58. Tuna Salad Ciabatta Sandwich

MGA INGREDIENTS:
- 1 ciabatta loaf, hiniwa sa kalahati ang haba
- Tuna salad (inihanda kasama ng de-latang tuna, mayonesa, diced celery, diced pulang sibuyas, asin, at paminta)
- Hiniwang kamatis
- Mga dahon ng litsugas
- Hiniwang abukado

MGA TAGUBILIN:
a) Ikalat ang tuna salad sa ilalim na kalahati ng ciabatta loaf.
b) Ilagay ang hiniwang kamatis, dahon ng lettuce, at hiniwang avocado sa ibabaw ng tuna salad.
c) Ilagay ang tuktok na kalahati ng ciabatta loaf sa ibabaw ng pagpuno upang lumikha ng sandwich.
d) Gupitin ang sandwich sa mga indibidwal na servings at ihain.

59. Mozzarella Pesto Veggie Ciabatta Sandwich

MGA INGREDIENTS:
- 1 ciabatta loaf, hiniwa sa kalahati ang haba
- Pesto sauce
- Hiniwang sariwang mozzarella cheese
- Inihaw o inihaw na gulay (tulad ng zucchini, bell peppers, at talong)
- Mga sariwang dahon ng spinach

MGA TAGUBILIN:

a) Ikalat ang pesto sauce sa ilalim na kalahati ng ciabatta loaf.

b) Ilagay ang hiniwang sariwang mozzarella cheese, inihaw o inihaw na gulay, at sariwang dahon ng spinach sa ibabaw ng pesto.

c) Ilagay ang tuktok na kalahati ng ciabatta loaf sa ibabaw ng pagpuno upang lumikha ng sandwich.

d) Gupitin ang sandwich sa mga indibidwal na servings at ihain.

60.Pinausukang Salmon at Cream Cheese Sandwich

MGA INGREDIENTS:
- 1 ciabatta loaf, hiniwa sa kalahati ang haba
- Mga hiwa ng pinausukang salmon
- Cream cheese
- Hiniwang manipis na pulang sibuyas
- Mga capers
- Sariwang dill

MGA TAGUBILIN:

a) Ikalat ang cream cheese sa ilalim na kalahati ng ciabatta loaf.

b) Ilagay ang pinausukang mga hiwa ng salmon, hiniwang manipis na pulang sibuyas, mga caper, at sariwang dill sa ibabaw ng cream cheese.

c) Ilagay ang tuktok na kalahati ng ciabatta loaf sa ibabaw ng pagpuno upang lumikha ng sandwich.

d) Gupitin ang sandwich sa mga indibidwal na servings at ihain.

61. BBQ pulled Pork Ciabatta Sandwich

MGA INGREDIENTS:
- 1 ciabatta loaf, hiniwa sa kalahati ang haba
- BBQ na hinila na baboy
- Coleslaw
- Mga atsara

MGA TAGUBILIN:
a) Painitin ang BBQ pulled pork.
b) Ilagay ang pinainit na BBQ na hinila na baboy at coleslaw sa ilalim na kalahati ng ciabatta loaf.
c) Magdagdag ng mga atsara sa ibabaw ng coleslaw.
d) Ilagay ang tuktok na kalahati ng ciabatta loaf sa ibabaw ng pagpuno upang lumikha ng sandwich.
e) Gupitin ang sandwich sa mga indibidwal na servings at ihain.

62. Greek Chicken Ciabatta Sandwich

MGA INGREDIENTS:
- 1 ciabatta loaf, hiniwa sa kalahati ang haba
- Inihaw na dibdib ng manok, hiniwa
- Tzatziki sauce
- Hiniwang pipino
- Hiniwang kamatis
- Mga hiwa ng pulang sibuyas
- Kalamata olives
- Durog na feta cheese

MGA TAGUBILIN:

a) Ikalat ang tzatziki sauce sa ilalim na kalahati ng ciabatta loaf.

b) Ilagay ang hiniwang inihaw na dibdib ng manok, hiniwang pipino, hiniwang kamatis, hiwa ng pulang sibuyas, Kalamata olives, at crumbled feta cheese sa ibabaw ng tzatziki sauce.

c) Ilagay ang tuktok na kalahati ng ciabatta loaf sa ibabaw ng pagpuno upang lumikha ng sandwich.

d) Gupitin ang sandwich sa mga indibidwal na servings at ihain.

63.Steak at Caramelized Onion Sandwich

MGA INGREDIENTS:
- 1 ciabatta loaf, hiniwa sa kalahati ang haba
- Hiniwang steak (tulad ng ribeye o sirloin), niluto ayon sa iyong kagustuhan
- Mga caramelized na sibuyas
- Hiniwang provolone cheese
- Arugula
- Horseradish aioli (mayonesa na hinaluan ng inihandang malunggay)

MGA TAGUBILIN:
a) Ikalat ang malunggay na aioli sa ilalim na kalahati ng ciabatta loaf.
b) Ilagay ang hiniwang steak, mga caramelized na sibuyas, hiniwang provolone cheese, at arugula sa ibabaw ng aioli.
c) Ilagay ang tuktok na kalahati ng ciabatta loaf sa ibabaw ng pagpuno upang lumikha ng sandwich.
d) Gupitin ang sandwich sa mga indibidwal na servings at ihain.

64. Avocado Chicken Caesar Ciabatta Sandwich

MGA INGREDIENTS:
- 1 ciabatta loaf, hiniwa sa kalahati ang haba
- Inihaw na dibdib ng manok, hiniwa
- Mga dahon ng litsugas ng Romaine
- Caesar dressing
- Hiniwang abukado
- Inahit na Parmesan cheese

MGA TAGUBILIN:
a) Ikalat ang Caesar dressing sa ilalim na kalahati ng ciabatta loaf.
b) Ilagay ang inihaw na dibdib ng manok, dahon ng romaine lettuce, hiniwang avocado, at ahit na Parmesan cheese sa ibabaw ng dressing.
c) Ilagay ang tuktok na kalahati ng ciabatta loaf sa ibabaw ng pagpuno upang lumikha ng sandwich.
d) Gupitin ang sandwich sa mga indibidwal na servings at ihain.

65. Buffalo Chicken Ciabatta Sandwich

MGA INGREDIENTS:
- 1 ciabatta loaf, hiniwa sa kalahati ang haba
- Tinadtad na manok ng kalabaw (lutong manok na inihagis sa sarsa ng kalabaw)
- Blue cheese dressing
- Hiniwang kintsay
- Hiniwang pulang sibuyas
- Mga dahon ng litsugas

MGA TAGUBILIN:
a) Ikalat ang blue cheese dressing sa ibabang kalahati ng ciabatta loaf.
b) Ipatong ang hiniwang manok na kalabaw, hiniwang kintsay, hiniwang pulang sibuyas, at dahon ng letsugas sa ibabaw ng dressing.
c) Ilagay ang tuktok na kalahati ng ciabatta loaf sa ibabaw ng pagpuno upang lumikha ng sandwich.
d) Gupitin ang sandwich sa mga indibidwal na servings at ihain.

66. Muffuletta Ciabatta Sandwich

MGA INGREDIENTS:
- 1 ciabatta loaf, hiniwa sa kalahati ang haba
- Hiniwang ham
- Hiniwang salami
- Hiniwang mortadella
- Hiniwang provolone cheese
- Muffuletta olive salad

MGA TAGUBILIN:

a) Ilagay ang hiniwang ham, salami, mortadella, at provolone cheese sa ilalim na kalahati ng ciabatta loaf.

b) Ikalat ang muffuletta olive salad sa ibabaw ng keso.

c) Ilagay ang tuktok na kalahati ng ciabatta loaf sa ibabaw ng pagpuno upang lumikha ng sandwich.

d) Gupitin ang sandwich sa mga indibidwal na servings at ihain.

67. Glazed Portobello Mushroom Sandwich

MGA INGREDIENTS:
- 1 ciabatta loaf, hiniwa sa kalahati ang haba
- Portobello mushroom, inalis ang mga tangkay
- Balsamic glaze
- Langis ng oliba
- Mga sibuyas ng bawang, tinadtad
- Baby spinach dahon
- Hiniwang pulang kampanilya na paminta
- Hiniwang provolone cheese

MGA TAGUBILIN:

a) Painitin muna ang oven sa 400°F (200°C).

b) I-brush ang portobello mushroom na may olive oil at tinadtad na bawang. Inihaw ang mga ito sa loob ng 15-20 minuto hanggang malambot.

c) Ibuhos ang balsamic glaze sa mga mushroom.

d) Ilagay ang mga inihaw na mushroom, dahon ng baby spinach, hiniwang pulang kampanilya, at provolone cheese sa ilalim na kalahati ng ciabatta loaf.

e) Ilagay ang tuktok na kalahati ng ciabatta loaf sa ibabaw ng pagpuno upang lumikha ng sandwich.

f) Gupitin ang sandwich sa mga indibidwal na servings at ihain.

68. Tofu Banh Mi Ciabatta Sandwich

MGA INGREDIENTS:
- 1 ciabatta loaf, hiniwa sa kalahati ang haba
- Inihurnong o piniritong hiwa ng tofu
- Mga adobo na karot at daikon na labanos
- Hiniwang pipino
- Hiniwang jalapeño
- Mga sariwang dahon ng cilantro
- Vegan mayonesa
- sarsa ng Sriracha

MGA TAGUBILIN:
a) Ikalat ang vegan mayonnaise at sriracha sauce sa ilalim na kalahati ng ciabatta loaf.
b) Ilagay ang inihurnong o pritong hiwa ng tofu, adobo na karot at daikon na labanos, hiniwang pipino, hiniwang jalapeño, at sariwang dahon ng cilantro sa ibabaw ng sarsa.
c) Ilagay ang tuktok na kalahati ng ciabatta loaf sa ibabaw ng pagpuno upang lumikha ng sandwich.
d) Gupitin ang sandwich sa mga indibidwal na servings at ihain.

69. Italian Sausage at Peppers Ciabatta Sandwich

MGA INGREDIENTS:
- 1 ciabatta loaf, hiniwa sa kalahati ang haba
- Italian sausage link, niluto at hiniwa
- Igisa ang bell peppers at sibuyas
- Marinara sauce
- Hiniwang provolone cheese

MGA TAGUBILIN:
a) Ikalat ang marinara sauce sa ilalim na kalahati ng ciabatta loaf.
b) I-layer ang nilutong Italian sausage slices, sautéed bell peppers at sibuyas, at hiniwang provolone cheese sa ibabaw ng sauce.
c) Ilagay ang tuktok na kalahati ng ciabatta loaf sa ibabaw ng pagpuno upang lumikha ng sandwich.
d) Gupitin ang sandwich sa mga indibidwal na servings at ihain.

70. Ciabatta Steak Sandwich

MGA INGREDIENTS:
- 1 (2 pound) London broil
- 1 kutsarang langis ng oliba
- 1 kutsarang pampalasa ng steak
- 2 kutsarang pesto
- 1/4 tasa ng mayonesa
- 4 ciabatta roll, hiniwa sa 1/2 pahaba
- 3 plum na kamatis, hiniwa

MGA TAGUBILIN:
a) Painitin muna ang grill sa katamtamang init.
b) I-brush ang London broil na may olive oil at timplahan ng steak seasoning. Ilagay sa grill. Mag-ihaw ng 3 hanggang 5 minuto bawat gilid, depende sa kapal at kagustuhan. Kapag tapos na, hayaang magpahinga ng 5 minuto pagkatapos ay hiwain ang bias.
c) Sa isang maliit na mangkok, pagsamahin ang pesto at mayonesa.
d) Ikalat ang timpla ng mayonesa sa ibabang kalahati ng bawat ciabatta.
e) Itaas ang mga hiwa ng kamatis at karne. Takpan sa itaas na kalahati at ihain.

71. Ciabatta Prosciutto Sandwich

MGA INGREDIENTS:
- 4 na tinapay na ciabatta bread, maliit
- 2 kutsarang langis ng oliba
- ¾ lb prosciutto, hinati
- 1 tasang kamatis, hiniwa, hinati
- 1 tasa arugula, hugasan at tuyo, hinati
- 1 tasa ng mayonesa, hinati

MGA TAGUBILIN:

a) Magsimula sa pamamagitan ng paghiwa sa bawat ciabatta sa kalahati upang magkaroon ka ng tuktok at ibabang piraso.

b) Banayad na lagyan ng olive oil ang loob ng bawat piraso ng ciabatta.

c) Ilagay ang mga hiwa sa isang baking sheet at ilagay ang mga ito sa oven sa loob ng 7 minuto. Magagawa rin ito sa pamamagitan ng pag-toast sa gilid ng tinapay na nilagyan ng mantika sa isang kawali sa katamtamang init sa loob ng 2 minuto o hanggang sa bahagyang kayumanggi.

d) Sa bawat ibabang piraso ng ciabatta, maglagay ng isang layer ng arugula, mga hiwa ng kamatis, at pagkatapos ay prosciutto.

e) Ibabaw na may mayo o mustard spread kung gusto mo.

f) Ilagay ang kalahati ng ciabatta bread sa ibabaw ng prosciutto para makumpleto ang sandwich.

g) Ulitin ang proseso hanggang ang lahat ng 4 na tinapay ay mapuno ng lahat ng sangkap.

h) Ihain at magsaya!

STUFFED CIABATTA

72.Caprese Stuffed Ciabatta

MGA INGREDIENTS:
- 1 ciabatta
- 8 ounces sariwang mozzarella, hiniwa
- 1 tasa ng cherry tomatoes, hatiin
- Mga sariwang dahon ng basil
- Balsamic glaze

MGA TAGUBILIN:
a) Hatiin ang ciabatta sa kalahating pahaba.
b) Hugasan ang loob ng ciabatta upang lumikha ng puwang para sa pagpuno.
c) Ilagay ang sariwang mozzarella, cherry tomatoes, at basil leaves sa loob ng ciabatta.
d) Ambon na may balsamic glaze.
e) Ilagay ang isa pang kalahati ng ciabatta sa itaas at pindutin nang marahan.
f) Hiwain at ihain.

73. Spinach at Artichoke Stuffed Ciabatta

MGA INGREDIENTS:
- 1 ciabatta
- 1 (10-onsa) na pakete ng frozen spinach, lasaw at pinisil tuyo
- 1 (14-ounce) lata ng artichoke hearts, pinatuyo at tinadtad
- 1 tasa ng mayonesa
- 1 tasang gadgad na Parmesan cheese
- 1 tasang ginutay-gutay na mozzarella cheese
- 2 cloves ng bawang, tinadtad

MGA TAGUBILIN:
a) Painitin muna ang iyong oven sa 350°F (175°C).
b) Hatiin ang ciabatta sa kalahating pahaba at guwangin ang loob.
c) Sa isang mixing bowl, pagsamahin ang spinach, tinadtad na artichoke hearts, mayonesa, Parmesan cheese, mozzarella cheese, at tinadtad na bawang.
d) Ilagay ang pinaghalong ciabatta na may guwang.
e) I-wrap ang pinalamanan na ciabatta sa aluminum foil at maghurno ng mga 25-30 minuto, o hanggang sa mainit at mabula ang laman.
f) Alisin, hiwain, at ihain.

74. Mediterranean Stuffed Ciabatta

MGA INGREDIENTS:
- 1 ciabatta
- Hummus
- Inihaw na pulang paminta, hiniwa
- Olibo (Kalamata o itim), hiniwa
- Feta cheese, gumuho
- Sariwang arugula

MGA TAGUBILIN:
a) Hatiin ang ciabatta sa kalahating pahaba.
b) Ikalat ang isang masaganang layer ng hummus sa magkabilang panig.
c) Ilagay ang mga inihaw na pulang sili, olibo, at durog na feta cheese sa isang gilid ng ciabatta.
d) Itaas na may sariwang arugula.
e) Ilagay ang isa pang kalahati ng ciabatta sa itaas at pindutin nang marahan.
f) Hiwain at ihain.

75. Tatlong Keso Ciabatta Bread

MGA INGREDIENTS:
- 1 tinapay ng ciabatta
- 1 tasang ginutay-gutay na mozzarella cheese
- 1/2 tasa gadgad na Parmesan cheese
- 1/2 tasa crumbled feta cheese
- 2 cloves ng bawang, tinadtad
- 1/4 tasa tinadtad na sariwang perehil
- 1/4 tasa ng langis ng oliba

MGA TAGUBILIN:

a) Painitin muna ang iyong oven sa 375°F (190°C).

b) Hatiin ang ciabatta loaf sa kalahating pahaba at ilagay ang magkabilang kalahati sa isang baking sheet.

c) Sa isang maliit na mangkok, paghaluin ang tinadtad na bawang, tinadtad na perehil, at langis ng oliba.

d) Ipahid ang pinaghalong bawang at perehil nang pantay-pantay sa magkabilang kalahati ng ciabatta loaf.

e) Iwiwisik ang ginutay-gutay na mozzarella, gadgad na Parmesan, at durog na feta cheese nang pantay-pantay sa ibabaw ng tinapay.

f) Maghurno sa preheated oven para sa 10-15 minuto, o hanggang sa ang keso ay matunaw at bubbly, at ang tinapay ay ginintuang kayumanggi.

g) Alisin mula sa oven, hiwain, at ihain nang mainit.

76.Italian Meatball Stuffed Ciabatta

MGA INGREDIENTS:
- 1 ciabatta
- Mga mini meatballs (pre-cooked)
- Marinara sauce
- Mozzarella cheese, ginutay-gutay

MGA TAGUBILIN:
a) Hatiin ang ciabatta sa kalahating pahaba.
b) Init ang mini meatballs at marinara sauce sa isang kasirola.
c) Sandok ang mga bola-bola at sarsa sa ciabatta.
d) Budburan ng ginutay-gutay na mozzarella cheese.
e) Ilagay ang isa pang kalahati ng ciabatta sa itaas at pindutin nang marahan.
f) Hiwain at ihain.

77.Cajun Shrimp Stuffed Ciabatta

MGA INGREDIENTS:
- 1 ciabatta
- 1 libra malaking hipon, binalatan at hiniwa
- 2 kutsarang pampalasa ng Cajun
- 2 kutsarang mantikilya
- 1/2 tasa ng mayonesa
- 2 cloves ng bawang, tinadtad
- 1 kutsarang lemon juice
- Hiniwang litsugas
- Hiniwang mga kamatis

MGA TAGUBILIN:
a) Hatiin ang ciabatta sa kalahating pahaba.
b) Ihagis ang hipon na may pampalasa ng Cajun.
c) Sa isang kawali, matunaw ang mantikilya at igisa ang hipon hanggang maluto, mga 2-3 minuto bawat panig.
d) Sa isang maliit na mangkok, paghaluin ang mayonesa, tinadtad na bawang, at lemon juice.
e) Ikalat ang bawang mayo sa loob ng ciabatta.
f) Ipatong ang nilutong hipon sa ilalim na kalahati ng ciabatta.
g) Itaas ang hiniwang litsugas at mga kamatis.
h) Ilagay ang isa pang kalahati ng ciabatta sa itaas at pindutin nang marahan.
i) Hiwain at ihain.

78. Spinach at Artichoke Cheesy Ciabatta Bread

MGA INGREDIENTS:
- 1 tinapay ng ciabatta
- 1 tasang ginutay-gutay na mozzarella cheese
- 1/2 tasa ginutay-gutay na Parmesan cheese
- 1/2 tasa tinadtad na lutong spinach (pinatuyo ng mabuti)
- 1/2 tasa tinadtad na inatsara na artichoke na puso (pinatuyo na mabuti)
- 2 cloves ng bawang, tinadtad
- 1/4 tasa ng mayonesa

MGA TAGUBILIN:
a) Painitin muna ang iyong oven sa 375°F (190°C).
b) Hatiin ang ciabatta loaf sa kalahating pahaba at ilagay ang magkabilang kalahati sa isang baking sheet.
c) Sa isang maliit na mangkok, paghaluin ang tinadtad na bawang at mayonesa.
d) Ikalat ang mayonesa ng bawang nang pantay-pantay sa magkabilang bahagi ng ciabatta loaf.
e) Iwiwisik nang pantay-pantay ang ginutay-gutay na mozzarella at ginutay-gutay na Parmesan cheese sa ibabaw ng tinapay.
f) Ikalat ang tinadtad na spinach at tinadtad na artichoke na puso nang pantay-pantay sa ibabaw ng keso.
g) Maghurno sa preheated oven para sa 10-15 minuto, o hanggang sa ang keso ay matunaw at bubbly, at ang tinapay ay ginintuang kayumanggi.
h) Alisin mula sa oven, hiwain, at ihain nang mainit.

79. Ciabatta na Pinalamanan ng Baboy na Hinila ng BBQ

MGA INGREDIENTS:
- 1 ciabatta
- 2 tasang hinila na baboy
- 1 tasang coleslaw
- BBQ sauce

MGA TAGUBILIN:
a) Hatiin ang ciabatta sa kalahating pahaba.
b) Painitin ang hinila na baboy.
c) Punan ang ciabatta ng mainit na hinila na baboy.
d) Itaas na may coleslaw.
e) Ambon ng BBQ sauce.
f) Ilagay ang isa pang kalahati ng ciabatta sa itaas at pindutin nang marahan.
g) Hiwain at ihain.

80. Chicken Caesar Stuffed Ciabatta

MGA INGREDIENTS:
- 1 ciabatta
- Inihaw na dibdib ng manok, hiniwa
- Romaine lettuce, tinadtad
- Caesar dressing
- Grated Parmesan cheese

MGA TAGUBILIN:
a) Hatiin ang ciabatta sa kalahating pahaba.
b) Ikalat ang Caesar dressing sa magkabilang gilid ng ciabatta.
c) Ilagay ang hiniwang inihaw na manok sa ilalim na kalahati.
d) Itaas ang tinadtad na romaine lettuce at gadgad na Parmesan cheese.
e) Ilagay ang isa pang kalahati ng ciabatta sa itaas at pindutin nang marahan.
f) Hiwain at ihain.

81. Cheesy Garlic Herb Ciabatta Bread

MGA INGREDIENTS:
- 1 tinapay ng ciabatta
- 1/2 tasa ng ginutay-gutay na mozzarella cheese
- 1/2 tasa ginutay-gutay na cheddar cheese
- 1/4 tasa ng gadgad na Parmesan cheese
- 3 cloves ng bawang, tinadtad
- 2 kutsarang tinadtad na sariwang perehil
- 1/4 tasa unsalted butter, natunaw

MGA TAGUBILIN:

a) Painitin muna ang iyong oven sa 375°F (190°C).

b) Hatiin ang ciabatta loaf sa kalahating pahaba at ilagay ang magkabilang kalahati sa isang baking sheet.

c) Sa isang maliit na mangkok, paghaluin ang tinadtad na bawang, tinadtad na perehil, at tinunaw na mantikilya.

d) Ipahid ang bawang at parsley butter nang pantay-pantay sa magkabilang kalahati ng ciabatta loaf.

e) Iwiwisik ang ginutay-gutay na mozzarella, ginutay-gutay na cheddar, at gadgad na Parmesan cheese nang pantay-pantay sa ibabaw ng tinapay.

f) Maghurno sa preheated oven para sa 10-15 minuto, o hanggang sa ang keso ay matunaw at bubbly, at ang tinapay ay ginintuang kayumanggi.

g) Alisin mula sa oven, hiwain, at ihain nang mainit.

82. Taco Stuffed Ciabatta

MGA INGREDIENTS:
- 1 ciabatta
- Ground beef o turkey, niluto at tinimplahan ng taco seasoning
- Salsa
- Guacamole
- kulay-gatas
- Tinadtad na litsugas
- Diced na kamatis

MGA TAGUBILIN:
a) Hatiin ang ciabatta sa kalahating pahaba.
b) Punan ang niluto at tinimplahan na giniling na karne ng baka o pabo.
c) Itaas ang salsa, guacamole, sour cream, ginutay-gutay na lettuce, at diced na kamatis.
d) Ilagay ang isa pang kalahati ng ciabatta sa itaas at pindutin nang marahan.
e) Hiwain at ihain.

83.Roast Beef at Horseradish Stuffed Ciabatta

MGA INGREDIENTS:
- 1 ciabatta
- Hiniwang inihaw na baka
- sarsa ng malunggay
- Swiss cheese, hiniwa
- Pulang sibuyas, hiniwa ng manipis
- Arugula

MGA TAGUBILIN:
a) Hatiin ang ciabatta sa kalahating pahaba.
b) Ikalat ang sarsa ng malunggay sa magkabilang gilid ng ciabatta.
c) Ilagay ang hiniwang roast beef, Swiss cheese, pulang sibuyas, at arugula sa ibabang kalahati.
d) Ilagay ang isa pang kalahati ng ciabatta sa itaas at pindutin nang marahan.
e) Hiwain at ihain.

84. Buffalo Chicken Stuffed Ciabatta

MGA INGREDIENTS:
- 1 ciabatta
- Niluto at ginutay-gutay na manok (tinimplahan ng sarsa ng kalabaw)
- Blue cheese dressing
- Hiniwang kintsay
- Hiniwang berdeng sibuyas

MGA TAGUBILIN:
a) Hatiin ang ciabatta sa kalahating pahaba.
b) Ihagis ang niluto at hinimay na manok sa sarsa ng kalabaw.
c) Ikalat ang blue cheese dressing sa magkabilang gilid ng ciabatta.
d) Ipatong ang buffalo chicken sa ilalim na kalahati.
e) Itaas ang hiniwang kintsay at berdeng sibuyas.
f) Ilagay ang isa pang kalahati ng ciabatta sa itaas at pindutin nang marahan.
g) Hiwain at ihain.

85.Pesto Chicken Stuffed Ciabatta

MGA INGREDIENTS:
- 1 ciabatta
- Inihaw na dibdib ng manok, hiniwa
- Pesto sauce
- Hiniwang inihaw na pulang paminta
- Mozzarella cheese, ginutay-gutay

MGA TAGUBILIN:
a) Hatiin ang ciabatta sa kalahating pahaba.
b) Ikalat ang pesto sauce sa magkabilang gilid ng ciabatta.
c) Ilagay ang hiniwang inihaw na manok sa ilalim na kalahati.
d) Ibabaw na may hiniwang inihaw na pulang sili at ginutay-gutay na mozzarella cheese.
e) Ilagay ang isa pang kalahati ng ciabatta sa itaas at pindutin nang marahan.
f) Hiwain at ihain.

86. Jalapeño Popper Cheesy Ciabatta Bread

MGA INGREDIENTS:
- 1 tinapay ng ciabatta
- 1 tasang ginutay-gutay na mozzarella cheese
- 1/2 tasa ginutay-gutay na cheddar cheese
- 1/4 tasa ng cream cheese, pinalambot
- 2-3 jalapeños, pinagbinhan at diced
- 2 cloves ng bawang, tinadtad
- 2 kutsarang tinadtad na sariwang cilantro (opsyonal)

MGA TAGUBILIN:
a) Painitin muna ang iyong oven sa 375°F (190°C).
b) Hatiin ang ciabatta loaf sa kalahating pahaba at ilagay ang magkabilang kalahati sa isang baking sheet.
c) Sa isang maliit na mangkok, paghaluin ang pinalambot na cream cheese, tinadtad na bawang, diced jalapeños, at tinadtad na cilantro.
d) Ikalat ang pinaghalong cream cheese nang pantay-pantay sa magkabilang kalahati ng ciabatta loaf.
e) Iwiwisik nang pantay-pantay ang ginutay-gutay na mozzarella at ginutay-gutay na cheddar cheese sa ibabaw ng tinapay.
f) Maghurno sa preheated oven para sa 10-15 minuto, o hanggang sa ang keso ay matunaw at bubbly, at ang tinapay ay ginintuang kayumanggi.
g) Alisin mula sa oven, hiwain, at ihain nang mainit.

87.Pinausukang Salmon at Cream Cheese Ciabatta

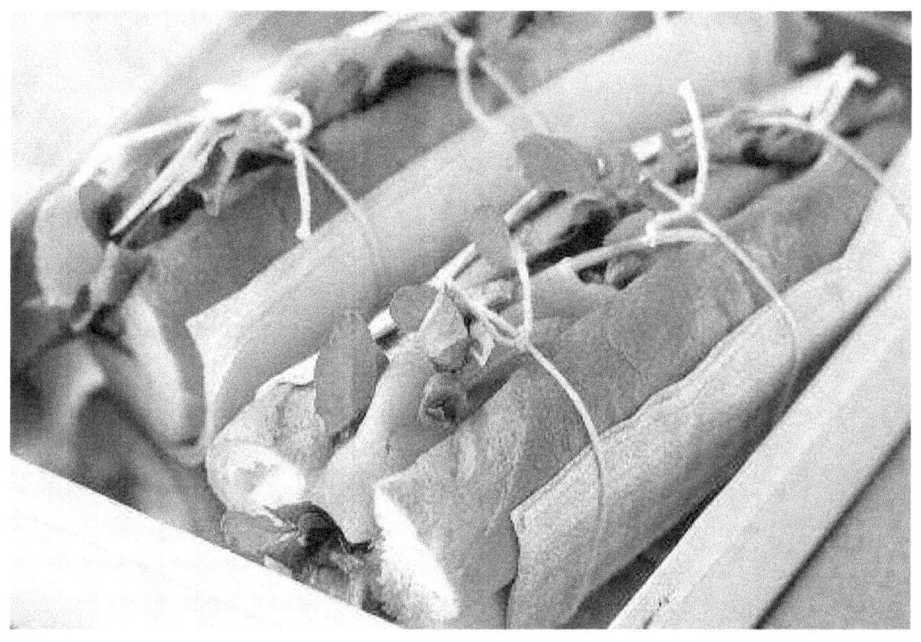

MGA INGREDIENTS:
- 1 ciabatta
- Mga hiwa ng pinausukang salmon
- Cream cheese
- Hiniwang pulang sibuyas
- Mga capers
- Sariwang dill

MGA TAGUBILIN:
a) Hatiin ang ciabatta sa kalahating pahaba.
b) Ikalat ang cream cheese sa magkabilang gilid ng ciabatta.
c) Layer ang pinausukang salmon sa ilalim na kalahati.
d) Ibabaw na may hiniwang pulang sibuyas, capers, at sariwang dill.
e) Ilagay ang isa pang kalahati ng ciabatta sa itaas at pindutin nang marahan.
f) Hiwain at ihain.

88. BLT Stuffed Ciabatta

MGA INGREDIENTS:
- 1 ciabatta
- Bacon, niluto at gumuho
- Hiniwang mga kamatis
- Mga dahon ng litsugas
- Mayonnaise

MGA TAGUBILIN:
a) Hatiin ang ciabatta sa kalahating pahaba.
b) Ikalat ang mayonesa sa magkabilang panig ng ciabatta.
c) Layer ng bacon, hiniwang kamatis, at lettuce sa ilalim na kalahati.
d) Ilagay ang isa pang kalahati ng ciabatta sa itaas at pindutin nang marahan.
e) Hiwain at ihain.

89. Egg Salad Stuffed Ciabatta

MGA INGREDIENTS:
- 1 ciabatta
- Egg salad (ginawa gamit ang mga hard-boiled na itlog, mayonesa, mustasa, at mga panimpla)
- Mga dahon ng litsugas
- Hiniwang atsara

MGA TAGUBILIN:
a) Hatiin ang ciabatta sa kalahating pahaba.
b) Ikalat ang isang layer ng egg salad sa ilalim na kalahati.
c) Ibabaw na may dahon ng lettuce at hiniwang atsara.
d) Ilagay ang isa pang kalahati ng ciabatta sa itaas at pindutin nang marahan.
e) Hiwain at ihain.

90. Veggie at Hummus Stuffed Ciabatta

MGA INGREDIENTS:
- 1 ciabatta
- Hummus
- Hiniwang mga pipino
- Hiniwang bell peppers
- Hiniwang pulang sibuyas
- Hiniwang itim na olibo
- Mga dahon ng litsugas

MGA TAGUBILIN:
a) Hatiin ang ciabatta sa kalahating pahaba.
b) Ikalat ang isang layer ng hummus sa magkabilang panig ng ciabatta.
c) Ilagay ang mga hiniwang pipino, kampanilya, pulang sibuyas, itim na olibo, at lettuce sa ilalim na kalahati.
d) Ilagay ang isa pang kalahati ng ciabatta sa itaas at pindutin nang marahan.
e) Hiwain at ihain.

91.Strawberry Ciabatta

MGA INGREDIENTS:
- 1 ciabatta
- 1 tasang sariwang strawberry, hiniwa
- 8 oz cream cheese, pinalambot
- 2 kutsarang asukal sa pulbos
- 1 kutsarita vanilla extract
- Sarap ng 1 lemon
- Mga sariwang dahon ng mint para sa dekorasyon (opsyonal)

MGA TAGUBILIN:
a) Painitin muna ang iyong oven sa 350°F (175°C).
b) Hatiin ang ciabatta sa kalahating pahaba, na lumilikha ng dalawang kalahati.
c) Ilagay ang ciabatta halves sa isang baking sheet at i-toast ang mga ito sa preheated oven sa loob ng mga 5 minuto o hanggang sa medyo malutong. Maaari mong laktawan ang hakbang na ito kung mas gusto mo ang mas malambot na ciabatta.
d) Sa isang mixing bowl, pagsamahin ang pinalambot na cream cheese, powdered sugar, vanilla extract, at lemon zest. Haluin hanggang makinis at maayos na pinagsama.
e) Kapag ang ciabatta halves ay tapos na sa pag-ihaw, hayaan silang lumamig ng ilang minuto.
f) Ikalat ang pinaghalong cream cheese nang pantay-pantay sa mga ginupit na gilid ng ciabatta.
g) Ayusin ang hiniwang strawberry sa ibabaw ng layer ng cream cheese.
h) Kung ninanais, palamutihan ng sariwang dahon ng mint para sa isang pop ng kulay at lasa.
i) Pagsamahin ang dalawang bahagi ng ciabatta upang bumuo ng sandwich.
j) Gamit ang isang matalim na kutsilyo, hiwain ang ciabatta sa mga indibidwal na servings.
k) Ihain ang iyong Strawberry Ciabatta at magsaya!

92.Fig Ciabatta

MGA INGREDIENTS:
- 1 ciabatta
- 8-10 sariwang igos, hiniwa
- 4 oz na keso ng kambing o cream cheese
- 2-3 kutsarang pulot
- Mga sariwang dahon ng rosemary para sa dekorasyon (opsyonal)

MGA TAGUBILIN:
a) Painitin muna ang iyong oven sa 350°F (175°C).
b) Hatiin ang ciabatta sa kalahating pahaba, na lumilikha ng dalawang kalahati.
c) Ilagay ang ciabatta halves sa isang baking sheet at i-toast ang mga ito sa preheated oven sa loob ng mga 5 minuto o hanggang sa medyo malutong. Maaari mong laktawan ang hakbang na ito kung mas gusto mo ang mas malambot na ciabatta.
d) Habang nag-iihaw ang ciabatta, hugasan at hiwain ang sariwang igos.
e) Kapag ang ciabatta halves ay tapos na sa pag-ihaw, hayaan silang lumamig ng ilang minuto.
f) Ikalat ang goat cheese o cream cheese nang pantay-pantay sa mga ginupit na gilid ng ciabatta.
g) Ayusin ang hiniwang igos sa ibabaw ng layer ng keso.
h) Magpahid ng pulot sa ibabaw ng mga igos. Ang dami ng pulot ay maaaring iakma sa iyong panlasa.
i) Kung nais, palamutihan ng sariwang dahon ng rosemary para sa isang mabangong hawakan.
j) Pagsamahin ang dalawang bahagi ng ciabatta upang bumuo ng sandwich.
k) Gamit ang isang matalim na kutsilyo, hiwain ang ciabatta sa mga indibidwal na servings.
l) Ihain ang iyong Fig Ciabatta at magsaya!

93. Apple Ciabatta

MGA INGREDIENTS:
- 1 ciabatta
- 2-3 mansanas, hiniwa nang manipis (gamitin ang iyong paboritong iba't)
- 4 oz Brie cheese o cream cheese
- 2 kutsarang pulot
- 1/4 tasa tinadtad na mga walnut (opsyonal)
- Mga sariwang dahon ng thyme para sa dekorasyon (opsyonal)

MGA TAGUBILIN:
a) Painitin muna ang iyong oven sa 350°F (175°C).
b) Hatiin ang ciabatta sa kalahating pahaba, na lumilikha ng dalawang kalahati.
c) Ilagay ang ciabatta halves sa isang baking sheet at i-toast ang mga ito sa preheated oven sa loob ng mga 5 minuto o hanggang sa medyo malutong. Maaari mong laktawan ang hakbang na ito kung mas gusto mo ang mas malambot na ciabatta.
d) Habang ang ciabatta ay nag-iihaw, hugasan, ubusin, at hiwain ng manipis ang mga mansanas.
e) Kapag ang ciabatta halves ay tapos na sa pag-ihaw, hayaan silang lumamig ng ilang minuto.
f) Ikalat ang Brie cheese o cream cheese nang pantay-pantay sa mga ginupit na gilid ng ciabatta.
g) Ayusin ang hiniwang mansanas sa ibabaw ng layer ng keso.
h) Ibuhos ang pulot sa ibabaw ng mga mansanas. Ayusin ang dami ng pulot sa nais mong antas ng tamis.
i) Kung gusto mo, iwiwisik ang mga tinadtad na walnut sa ibabaw ng mga mansanas para sa isang masarap na langutngot.
j) Kung mayroon kang sariwang dahon ng thyme, palamutihan ang iyong Apple Ciabatta ng ilang sanga ng thyme para sa karagdagang lasa.
k) Pagsamahin ang dalawang bahagi ng ciabatta upang bumuo ng sandwich.
l) Gamit ang isang matalim na kutsilyo, hiwain ang ciabatta sa mga indibidwal na servings.
m) Ihain ang iyong Apple Ciabatta at magsaya!

94. Peach at Basil Ciabatta

MGA INGREDIENTS:
- 1 ciabatta
- 2-3 hinog na mga milokoton, hiniwa nang manipis
- 4 oz sariwang mozzarella cheese, hiniwa
- Mga sariwang dahon ng basil
- 2 kutsarang extra-virgin olive oil
- 1 kutsarang balsamic vinegar
- Asin at itim na paminta sa panlasa

MGA TAGUBILIN:
a) Painitin muna ang iyong oven sa 350°F (175°C).
b) Hatiin ang ciabatta sa kalahating pahaba, na lumilikha ng dalawang kalahati.
c) Ilagay ang ciabatta halves sa isang baking sheet at i-toast ang mga ito sa preheated oven sa loob ng mga 5 minuto o hanggang sa medyo malutong. Maaari mong laktawan ang hakbang na ito kung mas gusto mo ang mas malambot na ciabatta.
d) Habang nag-iihaw ang ciabatta, hugasan at hiwain ng manipis ang hinog na mga milokoton.
e) Kapag ang ciabatta halves ay tapos na sa pag-ihaw, hayaan silang lumamig ng ilang minuto.
f) Ayusin ang mga sariwang hiwa ng mozzarella sa kalahati ng ciabatta.
g) Ilagay ang hiniwang peach sa ibabaw ng mozzarella.
h) Pilitin ang sariwang dahon ng basil at ikalat ang mga ito sa ibabaw ng mga milokoton.
i) Ibuhos ang extra-virgin olive oil at balsamic vinegar sa ibabaw ng peach at basil layer.
j) Timplahan ng kaunting asin at sariwang giniling na itim na paminta ayon sa panlasa.
k) Ilagay ang kalahati ng ciabatta sa itaas para makagawa ng sandwich.
l) Gamit ang isang matalim na kutsilyo, hiwain ang ciabatta sa mga indibidwal na servings.
m) Ihain ang iyong Peach at Basil Ciabatta at magsaya!

95. Raspberry at Goat Cheese Ciabatta

MGA INGREDIENTS:
- 1 ciabatta
- 4 oz na keso ng kambing
- 1 tasang sariwang raspberry
- 2 kutsarang pulot
- Mga sariwang dahon ng mint (opsyonal, para sa dekorasyon)

MGA TAGUBILIN:
a) Painitin muna ang iyong oven sa 350°F (175°C).
b) Hatiin ang ciabatta sa kalahating pahaba, na lumilikha ng dalawang kalahati.
c) Ilagay ang ciabatta halves sa isang baking sheet at i-toast ang mga ito sa preheated oven sa loob ng mga 5 minuto o hanggang sa medyo malutong. Maaari mong laktawan ang hakbang na ito kung mas gusto mo ang mas malambot na ciabatta.
d) Habang nag-iihaw ang ciabatta, hugasan ang mga sariwang raspberry.
e) Kapag ang ciabatta halves ay tapos na sa pag-ihaw, hayaan silang lumamig ng ilang minuto.
f) Ikalat ang keso ng kambing nang pantay-pantay sa mga ginupit na gilid ng ciabatta.
g) Ikalat ang mga sariwang raspberry sa ibabaw ng layer ng keso ng kambing.
h) Ibuhos ang pulot sa ibabaw ng mga raspberry. Maaari mong ayusin ang dami ng pulot sa iyong nais na antas ng tamis.
i) Kung ninanais, palamutihan ng sariwang dahon ng mint para sa isang pop ng kulay at dagdag na lasa.
j) Pagsamahin ang dalawang bahagi ng ciabatta upang bumuo ng sandwich.
k) Gamit ang isang matalim na kutsilyo, hiwain ang ciabatta sa mga indibidwal na servings.
l) Ihain ang iyong Raspberry at Goat Cheese Ciabatta at magsaya!

96.Ubas at Gorgonzola Ciabatta

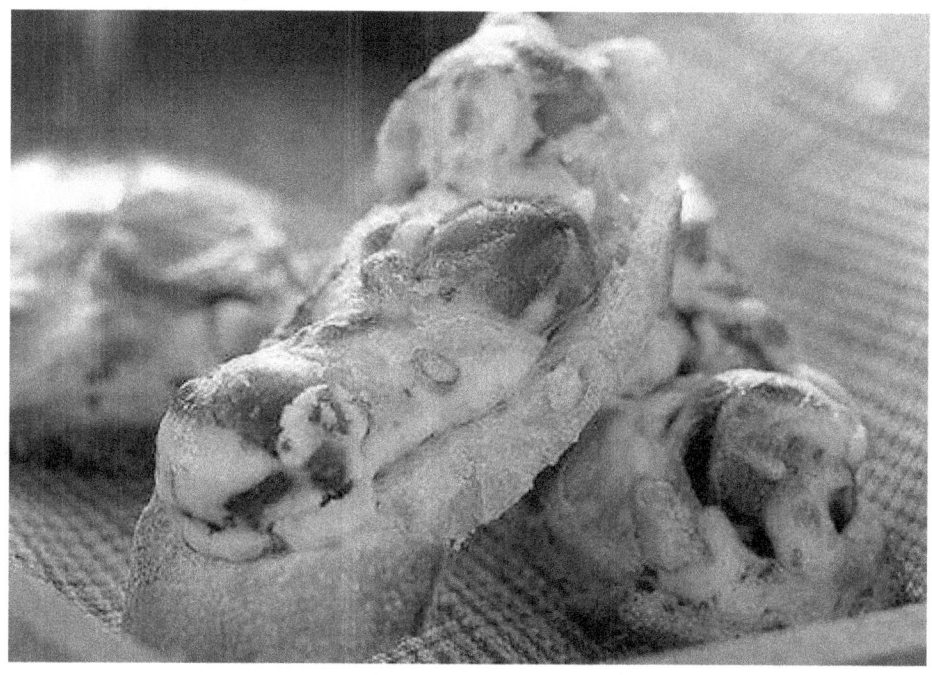

MGA INGREDIENTS:
- 1 ciabatta
- 4 oz Gorgonzola cheese
- 1 tasang pula o itim na ubas na walang binhi, hinati
- 2 kutsarang pulot
- Mga sariwang dahon ng thyme (opsyonal, para sa dekorasyon)

MGA TAGUBILIN:
a) Painitin muna ang iyong oven sa 350°F (175°C).
b) Hatiin ang ciabatta sa kalahating pahaba, na lumilikha ng dalawang kalahati.
c) Ilagay ang ciabatta halves sa isang baking sheet at i-toast ang mga ito sa preheated oven sa loob ng mga 5 minuto o hanggang sa medyo malutong. Maaari mong laktawan ang hakbang na ito kung mas gusto mo ang mas malambot na ciabatta.
d) Habang nag-iihaw ang ciabatta, hugasan at hatiin ang mga ubas na walang binhi.
e) Kapag ang ciabatta halves ay tapos na sa pag-ihaw, hayaan silang lumamig ng ilang minuto.
f) Ikalat ang Gorgonzola cheese nang pantay-pantay sa mga ginupit na gilid ng ciabatta.
g) Ayusin ang kalahating ubas sa ibabaw ng layer ng Gorgonzola.
h) Ibuhos ang pulot sa mga ubas at keso. Maaari mong ayusin ang dami ng pulot sa iyong nais na antas ng tamis.
i) Kung ninanais, palamutihan ng sariwang dahon ng thyme para sa isang mabangong hawakan.
j) Pagsamahin ang dalawang bahagi ng ciabatta upang bumuo ng sandwich.
k) Gamit ang isang matalim na kutsilyo, hiwain ang ciabatta sa mga indibidwal na servings.
l) Ihain ang iyong Grape at Gorgonzola Ciabatta at magsaya!

97.Pear at Walnut Ciabatta

MGA INGREDIENTS:
- 1 ciabatta
- 2 hinog na peras, hiniwa nang manipis
- 1/2 tasa tinadtad na mga walnuts
- 4 oz na asul na keso o keso ng kambing
- 2 kutsarang pulot
- Mga sariwang dahon ng thyme (opsyonal, para sa dekorasyon)

MGA TAGUBILIN:
a) Painitin muna ang iyong oven sa 350°F (175°C).
b) Hatiin ang ciabatta sa kalahating pahaba, na lumilikha ng dalawang kalahati.
c) Ilagay ang ciabatta halves sa isang baking sheet at i-toast ang mga ito sa preheated oven sa loob ng mga 5 minuto o hanggang sa medyo malutong. Maaari mong laktawan ang hakbang na ito kung mas gusto mo ang mas malambot na ciabatta.
d) Habang ang ciabatta ay nag-iihaw, balatan, ubusin, at hiwain ng manipis ang mga hinog na peras.
e) Kapag ang ciabatta halves ay tapos na sa pag-ihaw, hayaan silang lumamig ng ilang minuto.
f) Ikalat ang asul na keso o keso ng kambing nang pantay-pantay sa mga ginupit na gilid ng ciabatta.
g) Ayusin ang hiniwang peras sa ibabaw ng layer ng keso.
h) Iwiwisik ang tinadtad na mga walnut sa ibabaw ng mga peras.
i) Ibuhos ang pulot sa ibabaw ng mga peras at mga walnut. Maaari mong ayusin ang dami ng pulot sa iyong nais na antas ng tamis.
j) Kung ninanais, palamutihan ng sariwang dahon ng thyme para sa karagdagang lasa.
k) Pagsamahin ang dalawang bahagi ng ciabatta upang bumuo ng sandwich.
l) Gamit ang isang matalim na kutsilyo, hiwain ang ciabatta sa mga indibidwal na servings.
m) Ihain ang iyong Pear at Walnut Ciabatta at magsaya!

98. Mango Ciabatta

MGA INGREDIENTS:
- 1 ciabatta
- 2 hinog na mangga, binalatan, tinadtad, at hiniwa ng manipis
- 4 oz cream cheese o goat cheese
- 2 kutsarang pulot
- Mga sariwang dahon ng mint (opsyonal, para sa dekorasyon)
- 160 gramo (5 onsa) ginutay-gutay na nilutong manok (opsyonal)

MGA TAGUBILIN:
a) Painitin muna ang iyong oven sa 350°F (175°C).
b) Hatiin ang ciabatta sa kalahating pahaba, na lumilikha ng dalawang kalahati.
c) Ilagay ang ciabatta halves sa isang baking sheet at i-toast ang mga ito sa preheated oven sa loob ng mga 5 minuto o hanggang sa medyo malutong. Maaari mong laktawan ang hakbang na ito kung mas gusto mo ang mas malambot na ciabatta.
d) Habang ang ciabatta ay nag-iihaw, balatan, hukayin, at hiwain ng manipis ang hinog na mangga.
e) Kapag ang ciabatta halves ay tapos na sa pag-ihaw, hayaan silang lumamig ng ilang minuto.
f) Ikalat ang cream cheese o goat cheese nang pantay-pantay sa mga ginupit na gilid ng ciabatta.
g) Ayusin ang hiniwang mangga at manok sa ibabaw ng layer ng keso.
h) Ibuhos ang pulot sa mga hiwa ng mangga. Maaari mong ayusin ang dami ng pulot sa iyong nais na antas ng tamis.
i) Kung ninanais, palamutihan ng sariwang dahon ng mint para sa isang pop ng kulay at dagdag na lasa.
j) Pagsamahin ang dalawang bahagi ng ciabatta upang bumuo ng sandwich.
k) Gamit ang isang matalim na kutsilyo, hiwain ang ciabatta sa mga indibidwal na servings.
l) Ihain ang iyong Mango Ciabatta at magsaya!

99.Blackberry at Ricotta Ciabatta

MGA INGREDIENTS:
- 1 ciabatta
- 1 tasang sariwang blackberry
- 8 oz ricotta cheese
- 2 kutsarang pulot
- Mga sariwang dahon ng basil para sa dekorasyon (opsyonal)

MGA TAGUBILIN:
a) Painitin muna ang iyong oven sa 350°F (175°C).
b) Hatiin ang ciabatta sa kalahating pahaba, na lumilikha ng dalawang kalahati.
c) Ilagay ang ciabatta halves sa isang baking sheet at i-toast ang mga ito sa preheated oven sa loob ng mga 5 minuto o hanggang sa medyo malutong. Maaari mong laktawan ang hakbang na ito kung mas gusto mo ang mas malambot na ciabatta.
d) Habang nag-iihaw ang ciabatta, dahan-dahang hugasan at patuyuin ang mga sariwang blackberry.
e) Kapag ang ciabatta halves ay tapos na sa pag-ihaw, hayaan silang lumamig ng ilang minuto.
f) Ikalat ang ricotta cheese nang pantay-pantay sa mga ginupit na gilid ng ciabatta.
g) Ayusin ang mga sariwang blackberry sa ibabaw ng ricotta layer.
h) Ibuhos ang pulot sa ibabaw ng mga blackberry. Maaari mong ayusin ang dami ng pulot sa iyong nais na antas ng tamis.
i) Kung ninanais, palamutihan ng sariwang dahon ng basil para sa isang pop ng kulay at dagdag na lasa.
j) Pagsamahin ang dalawang bahagi ng ciabatta upang bumuo ng sandwich.
k) Gamit ang isang matalim na kutsilyo, hiwain ang ciabatta sa mga indibidwal na servings.
l) Ihain ang iyong Blackberry at Ricotta Ciabatta at magsaya!

100. Ham, keso, at herb ciabatta

MGA INGREDIENTS:
- 1½ kutsarang Active dry yeast
- 1½ tasa ng maligamgam na tubig
- 1 kutsarang Honey
- 4 na tasa (approx.) hindi pinaputi na puting harina
- ½ kutsarita ng Asin
- 4 na kutsarang langis ng oliba
- 1½ tasa Cubed ham o baboy
- ½ tasang bagong gadgad na Parmesan cheese
- 2 kutsarita Tinadtad na sariwang rosemary
- 2 kutsarita Tinadtad na sariwang thyme
- 2 kutsarita Tinadtad na sariwang sambong

MGA TAGUBILIN:

a) Ilagay ang lebadura sa isang malaking mangkok ng paghahalo. Paghaluin ang maligamgam na tubig at pulot at itabi sa isang mainit na lugar para sa mga 10 minuto, o hanggang sa matunaw ang lebadura at magsimulang bumubula.

b) Dahan-dahang salain ang harina at asin sa pinaghalong lebadura, patuloy na pagpapakilos hanggang sa magsimulang humiwalay ang masa mula sa mga gilid ng mangkok.

c) Pagwiwisik ng ilang harina sa ibabaw ng gumaganang ibabaw at dahan-dahang masahin ang kuwarta sa loob ng ilang minuto. Gupitin ang kuwarta sa kalahati at igulong ang kalahati sa isang parihaba (tulad ng isang hugis-parihaba na pizza) mga 14 pulgada sa 10 pulgada. I-brush ang kuwarta na may 1½ kutsara ng langis ng oliba.

d) Ikalat ang kalahati ng ham sa ibabaw, dahan-dahang pinindot ito sa kuwarta. Budburan ang kalahati ng keso sa itaas at ikalat ang kalahati ng mga halamang gamot at isang masaganang paggiling ng sariwang itim na paminta sa ibabaw ng kuwarta. Gamit ang iyong mga kamay, dahan-dahang igulong ang kuwarta nang pahaba, sa hugis ng mahabang tabako.

e) Banayad na isara ang mga gilid ng kuwarta. Ilagay sa isang well-greased French bread pan at takpan ng malinis na tea towel.
f) Painitin ang oven sa 450 degrees F.
g) Gawin ang pangalawang tinapay. Ilagay ang dalawang tinapay sa isang tuyong mainit na lugar at hayaang maupo, natatakpan, sa loob ng 15 minuto.
h) Bago mag-bake, bahagyang i-brush ang mga tinapay na may natitirang 1 kutsara ng langis ng oliba. Ilagay sa gitnang istante ng mainit na hurno at maghurno ng 20 hanggang 25 minuto, o hanggang sa ang tinapay ay magkaroon ng ginintuang kayumanggi na crust at tunog guwang kapag tinapik sa ibaba.

KONGKLUSYON

Sa pagtatapos ng ating paglalakbay sa mundo ng tinapay na ciabatta, sana ay ma-inspire ka na itaas ang iyong mga manggas, alisin ang alikabok sa iyong apron, at simulan ang iyong sariling pakikipagsapalaran sa paggawa ng tinapay. "ANG PINAKAMAHUSAY MGA NILIKHA NG CIABATTA GABAY" ay ginawa na may hilig para sa artisanal baking at isang pangako na tulungan kang makamit ang karunungan sa paggawa ng tinapay sa iyong sariling kusina.

Habang patuloy mong ginalugad ang sining ng paggawa ng tinapay ng ciabatta, tandaan na ang tunay na kagandahan ng tinapay na ito ay nakasalalay hindi lamang sa chewy texture at crusty na panlabas nito kundi pati na rin sa kagalakan na ibahagi ito sa mga mahal sa buhay. Nagpuputol ka man ng tinapay kasama ng pamilya at mga kaibigan, ninanamnam ang tahimik na sandali kasama ang isang tasa ng kape, o nagpapakasawa sa isang dekadenteng sandwich, nawa'y ang bawat kagat ng tinapay na ciabatta ay maglalapit sa iyo sa mga simpleng kasiyahan ng lutong bahay na kabutihan.

Salamat sa pagsama sa akin sa paglalakbay sa pagluluto na ito. Nawa'y laging chewy, crusty, at lubos na masarap ang iyong mga likhang ciabatta, at nawa'y patuloy na maging lugar ng init, pagkamalikhain, at pagtuklas sa culinary ang iyong kusina. Hanggang sa muli nating pagkikita, happy baking and bon appétit!

www.ingramcontent.com/pod-product-compliance
Lightning Source LLC
Chambersburg PA
CBHW070658120526
44590CB00013BA/1014